INSIGHT PUBLICA

INSIGHT PUBLICA®

Kozhikode, Kerala, India 673011
www.insightpublica.com
e-mail: insightpublica@gmail.com

Simhapuriyil Chakrakaserayil

Santha Kavumbayi

(Travelogue-Malayalam)

First Edition: October 2020

ISBN 978-93-90404-44-5
Printed and Published by
Insightinpublica Printers & Publishers Pvt. Ltd.

സിംഹപുരിയിൽ ചക്രക്കസേരയിൽ

(യാത്ര)

ശാന്ത കാവുമ്പായി

INSIGHT PUBLICA®

സമർപ്പണം

വിശാലമായ ലോകത്തിലേക്ക്
എന്നെ കൈപിടിച്ചു കയറ്റിയ കുഞ്ഞാങ്ങളയ്ക്ക്

കണ്ണൂർ ജില്ലയിലെ കാവുമ്പായിയിൽ ജനിച്ചു. ടി.വി. ലക്ഷ്മിയുടെയും പരേതനായ ഇ.കെ. രാഘവൻ നമ്പ്യാരുടെയും മകളും സേലം രക്ത സാക്ഷി സഖാവ് തളിയൻ രാമൻ നമ്പ്യാരുടെ ചെറുമകളുമാണ്. വിരമിച്ച അധ്യാപികയാണ്.

പ്രസിദ്ധീകരിച്ച കൃതികൾ:

മോഹപ്പക്ഷി (കവിതാസമാഹാരം) ഘർവാപസി (കവിതാസമാഹാരം) ഗൌരി (കവിതാസമാഹാരം) കാവുമ്പായിലെ അങ്ങേമ്മ (ലേഖനസമാഹാരം) ഡിസംബർ 30 (നോവൽ) എന്റെ കുഞ്ഞിരാമേട്ടൻ; നിങ്ങളുടെയും (ജീവചരിത്രം) പി.യശോദ കനൽവഴികളിലെ ആദ്യപഥിക (ജീവചരിതം)

തിരക്കഥകൾ:

ഡിസംബർ 30

എന്റെ കുഞ്ഞിരാമേട്ടൻ; നിങ്ങളുടെയും

അവാർഡ്:

സംസ്ഥാന സർക്കാർ നൽകിവരുന്ന അംഗപരിമിതരുടെ മികച്ച സാഹിത്യ രചനയ്ക്കുള്ള പുരസ്കാരം 2015ൽ മോഹപ്പക്ഷി എന്ന കവിതാസമാഹാരത്തിനു ലഭിച്ചു.

വിലാസം:

തെക്കിനി, ദുർഗാറോഡ്, പള്ളിക്കുന്ന് പി.ഒ., കണ്ണൂർ-670004

ഫോൺ: 9447738170

e-mail: santhatv.tv@gmail.com

web: www.santhatv.blogspot.in

ശാന്ത കാവുമ്പായി

സിങ്കപ്പൂർ വിശേഷങ്ങളിൽ അൽപ്പം

ഇതുവരെ കാണാത്ത തീരത്തണഞ്ഞപ്പോൾ വ്യത്യസ്തമായ ഭൂഭാഗങ്ങളും ജനങ്ങളും വ്യത്യസ്തമായ സംസ്കാരങ്ങളും ആചാരങ്ങളും സമീപനങ്ങളും ഘോഷയാത്രയായി മുന്നിലെത്തി. അറിയാത്ത തീരങ്ങളിലെ വിസ്മയക്കാഴ്ചകൾ ആഹ്ലാദിപ്പിക്കുന്നവയായിരുന്നു. അതിലേറെ വിജ്ഞാനപ്രദവുമായിരുന്നു. അപ്പോൾ ആ അറിവും അനുഭവവും പങ്കുവെയ്ക്കപ്പെടേണ്ടതാണ് എന്നറിയുന്നു.

ആധുനിക മനുഷ്യന്റെ ജീവിതം അതിരുകൾക്കുള്ളിൽ ഒതുങ്ങുന്നതല്ല. വിശാലമായ ലോകത്ത് പാറിപ്പറക്കാൻ കൊതിക്കുന്ന ഒരു തലമുറയാണ് വളർന്നുവരുന്നത്. അപ്പോൾ അന്യസംസ്കാരങ്ങളെക്കുറിച്ച് കുറെയൊക്കെ നേരത്തെ മനസ്സിലാക്കുന്നത് നല്ല കാര്യമാണല്ലോ.

ഒരുവശത്ത് പരസ്പരം ബന്ധപ്പെടാനും അറിയാനും കൂടുതൽ സൗകര്യങ്ങൾ ഉണ്ടാവുമ്പോൾ മറുവശത്ത് വെറുക്കാനും അകലാനുമുള്ള പ്രവണതകളും തലപൊക്കുന്നുണ്ട്. യാതൊരുവിധത്തിലുള്ള വിഭാഗീയതകളും ഇല്ലാത്ത ഒരു ലോകമാണ് സമാധാനം കാംക്ഷിക്കുന്നവർ സ്വപ്നം കാണുക. അത്തരത്തിലൊരു ലോകം പടുത്തുയർത്താൻ വ്യത്യസ്ത സംസ്കാരങ്ങളുടെ സമന്വയംകൊണ്ട് അനുഗ്രഹീതമായ സിങ്കപ്പൂരിനെപ്പോലുള്ള രാജ്യങ്ങളെക്കുറിച്ച് കൂടുതലറിയുന്നത് സഹായകമായിരിക്കും.

എസ്.കെ.പൊറ്റെക്കാട്ടും എം.പി.വീരേന്ദ്രകുമാറുമൊക്കെ സമ്പന്നമാക്കിയ വിപുലമായൊരു സഞ്ചാരസാഹിത്യശാഖ മലയാളത്തിനുണ്ട്. അതിലേക്ക് ഞാനറിഞ്ഞ കാര്യങ്ങളും ചേർത്തു വെക്കണമെന്നു തോന്നി.

ശാരീരികമായോ, മാനസികമായോ എന്തെങ്കിലും പ്രശ്നമുള്ളവർ ജീവിതത്തിന്റെ പിന്നണിയിലേക്ക് തള്ളപ്പെടുന്നതായാണ് നമ്മുടെ നാട്ടിൽ പൊതുവേ കാണപ്പെടുന്നത്. വൈകല്യത്തിന്റെ പേരിൽ ഭിന്നശേഷികൾ തമസ്കരിക്കപ്പെടുമ്പോൾ,ആത്മവിശ്വാസം നശിച്ച് ജോലിചെയ്ത് ജീവിക്കാനുള്ള ശേഷിയും നശിച്ചുപോകുന്നു. പിന്നീട് വീട്ടുകാർക്കും സമൂഹത്തിനും ഒരു ബാധ്യതയായി നരകതുല്യം ജീവിച്ചുമരിക്കാം. ജനിച്ചുപോയതിന്റെ പേരിൽ സ്വയം ശപിച്ചുകൊണ്ട് ജീവിക്കുന്ന ഹതഭാഗ്യർക്ക് സ്വന്തം കഴിവുകൾ ഒന്നു ബോധ്യപ്പെട്ടാൽ മതി. പിന്നെ അത്ഭുതകരമായി ഉയിർത്തെഴുന്നേൽക്കും. ജീവിതം ഒരു പോരാട്ടമാക്കി മാറ്റി അതിജീവനം നേടിക്കൊള്ളും. നമുക്ക് ലഭിച്ച ജീവിതം കഴിയുന്നത്ര സന്തോഷത്തോടെ ജീവിക്കാൻ ഏതൊരു വ്യക്തിക്കും അവകാശമുണ്ട്. അവസാനനിമിഷമെത്തുന്നതുവരെ കഴിയുന്നത്ര ആനന്ദത്തോടെ ജീവിക്കണം. വൈകല്യവും വാർദ്ധക്യവുമൊന്നും അതിന് തടസ്സമാകരുത്.

ഇച്ഛാശക്തിയുണ്ടെങ്കിൽ എല്ലാ പരിമിതികളെയും മറികടക്കാൻ കഴിയുമെന്ന പാഠം സ്വന്തം ജീവിതംകൊണ്ട് പഠിച്ച എനിക്ക്, അത് എന്നെപ്പോലുള്ളവർക്ക് പകർന്നു നൽകണം. സിങ്കപ്പൂരിൽ ഞാൻ കണ്ടതും അറിഞ്ഞതും പ്രിയപ്പെട്ടവരോട് പങ്കുവെയ്ക്കണമെന്ന് തോന്നാനുള്ള പ്രധാനകാരണങ്ങളിവയൊക്കെയാണ്.

പാർശ്വവൽക്കരിക്കപ്പെട്ട അവശവിഭാഗത്തിന് അൽപ്പമെങ്കിലും ആത്മവിശ്വാസം പകരാനുതകിയെങ്കിൽ എന്ന പ്രതീക്ഷയോടെ ഈ കൃതിയെ സ്വതന്ത്രമാക്കുന്നു.

ശാന്ത കാവുമ്പായി

പുറപ്പാടിൻ നേരവും കാത്ത്

ഇനിയുമൊരു ജന്മം വേണം. ഈ ജന്മത്തിൽ എന്റെ സഞ്ചാരത്തെ പരിമിതപ്പെടുത്തിയ വിധിയെ മറികടന്ന് കാടും മലയും കയറിയിറങ്ങാൻ. പുഴയിലും കുളത്തിലും മതിയാവോളം നീരാടാൻ.

ബുദ്ധിയുറക്കാത്ത പ്രായത്തിൽ മുറ്റത്തേക്ക് വിരുന്നുവരുന്ന പൂമ്പാറ്റകളെയും കിളികളെയും നോക്കിയിരുന്ന് ഒരുപാട് കൊതിച്ചിട്ടുണ്ട്. അതുപോല ഒന്നുപറക്കാൻ കഴിഞ്ഞിരുന്നെങ്കിൽ! ഒരു പൂമ്പാറ്റയായി പറന്നുകളിക്കണം, അല്ലെങ്കിൽ ദേശാടനക്കിളിയായി പറന്നുപോകണമെന്നൊക്കെ കൊതിച്ചുകൊതിച്ച് ബാല്യം കഴിച്ചുകൂട്ടിയവൾക്ക് മര്യാദക്ക് നടക്കാൻപോലും കഴിയില്ലല്ലോ. എങ്കിലും ലോകത്തിന്റെ മുക്കിലും മൂലയിലുമെത്തണമെന്ന അതിമോഹത്തെ ഞാൻ മനസ്സിലിട്ട് താലോലിക്കുകതന്നെ ചെയ്തു.

എനിക്കും വിമാനത്തിൽ കയറണം. മേഘമാലകൾക്കുള്ളിലൂടെ പറന്നുപറന്ന് കടലിനക്കരെയെത്തണം.

അക്ഷരം കൂട്ടിവായിക്കാൻ തുടങ്ങിയപ്പോൾ ഡോസ്റ്റോയ്വ്സ്കിയെയും ടോൾസ്റ്റോയിയെയും ചാൾസ് ഡിക്കൻസിനെയും വിക്റ്റർ ഹ്യൂഗോയെയുമൊക്കെ നെഞ്ചിലേറ്റി അവരുടെ നാടുകളിലലഞ്ഞു. പലതരം ആൾക്കാരെയും വ്യത്യസ്ത സംസ്കാരങ്ങളെയും പരിചയപ്പെട്ടുമ്പോൾ അവിടെയൊക്കെ പോകണമെന്ന മോഹം ഉള്ളിൽ പൊട്ടിവിരിഞ്ഞതറിയാതെയായിരുന്നു. ഒരു പൂവിരിയുമ്പോലെ സ്വാഭാവികമായി മുളച്ചുപൊങ്ങിയ ആഗ്രഹം അത്രമേൽ തീവ്രമായിരുന്നിട്ടും ഓർത്തിരുന്നില്ല, എന്നെങ്കിലും എന്റെ സ്വപ്നങ്ങൾക്ക് ചിറകു മുളയ്ക്കുമെന്ന്. എന്നിട്ടും എന്റെ വിദേശയാത്രയെന്ന അത്ഭുതം

സംഭവിക്കുകതന്നെ ചെയ്തു. എന്നെ സംബന്ധിച്ചിടത്തോളം അത് സാധിച്ചത് വളരെ എളുപ്പത്തിലായിരുന്നു. തീവ്രമായി ആഗ്രഹിക്കുക എന്നതിനപ്പുറം എന്റെ വിദേശയാത്രയ്ക്കുവേണ്ടി ഞാനൊന്നുംചെയ്തിട്ടില്ല എന്നത് മറ്റൊരു സത്യം. എന്റെ ഏറ്റവും ഇളയ സഹോദരൻ ആർകിടെക്റ്റ് മധുകുമാറിലൂടെ ഒരുനിയോഗംപോലെ അത് പ്രാവർത്തികമാവുകയായിരുന്നു. എന്റെ വിദേശയാത്രാമോഹം സഫലമാക്കാൻ മധു കച്ചകെട്ടിയിറങ്ങി.

അതിന് കടമ്പകളേറെയുണ്ട്. പാസ്പോർട്ടെടുക്കണം. വിസ ലഭിക്കണം. നടപടിക്രമങ്ങൾ പൂർത്തിയാക്കി പാസ്പോർട്ട് ലഭിക്കാൻ ഞങ്ങൾ കാത്തിരുന്നു. പല കാരണങ്ങൾ പറഞ്ഞ് പാസ്പോർട്ട് കിട്ടാൻ വൈകിയപ്പോൾ അല്പം നിരാശയൊക്കെ തോന്നി. എനിക്കു മാത്രമല്ല, അച്ഛനും അമ്മയ്ക്കും പാസ്പോർട്ട് വേണമല്ലോ.

എഴുപതിനും എൺപതിനും മുകളിൽ പ്രായമുള്ള മാതാപിതാക്കളെയും, പിടിക്കാതെ നിൽക്കാൻപോലുമാവാത്ത, ദുർബ്ബലയായ സഹോദരിയെയും കൂട്ടി ഒരു വിദേശയാത്ര എന്റെ കുഞ്ഞാങ്ങളയ്ക്കു മാത്രം സങ്കൽപ്പിക്കാൻ കഴിയുന്ന ഒന്നായിരുന്നു. അതും നാടുകാണിക്കാൻ മാത്രം.

കേട്ടവർ കേട്ടവർ മൂക്കത്തു വിരൽവെച്ചു. 'ഇവനെന്താ ഭ്രാന്തുപിടിച്ചോ?'

ഓരോ പ്രാവശ്യവും രോഗം മൂർച്ഛിച്ച് ആശുപത്രിയിൽ അഡ്മിറ്റാവുമ്പോൾ തന്റെ അന്ത്യസമയമാണതെന്ന് പ്രവചിക്കുന്ന ശ്വാസകോശരോഗിയായ, എൺപതു കഴിഞ്ഞ അച്ഛനും എപ്പോഴും രോഗഭീതിയിലും മരണഭീതിയിലും കഴിയുന്ന എഴുപതിലേറെ പ്രായമുള്ള അമ്മയും ഒരു മുറിയിൽനിന്ന് മറ്റൊന്നിലേക്ക് ചലിക്കാൻ പരസഹായം വേണ്ടിവരുന്ന ഞാനും കൂടിയൊരു വിദേശയാത്രയെന്നു കേട്ടപ്പോൾ വേണ്ടപ്പെട്ടവർക്കെല്ലാം നല്ലൊരു തമാശയായി തോന്നിയതിൽ കുറ്റം പറയാനൊക്കുമോ?

ചിലരൊക്കെ അപകടത്തെക്കുറിച്ചോർമ്മിപ്പിച്ച് പേടിപ്പിക്കുകയുംചെയ്തു. എതിർക്കാൻ അവകാശമുള്ളവർ നീരസം പ്രകടിപ്പിക്കുകതന്നെ ചെയ്തു.

അവശവിഭാഗത്തെ കെട്ടിവലിച്ചുകൊണ്ടുപോയാൽ ഒരുപക്ഷേ പോയതുപോലെ തിരിച്ചുകൊണ്ടുവരാൻ കഴിഞ്ഞില്ലെങ്കിലോ. അങ്ങനെയൊരു ദുരന്തം മറ്റു സഹോദരങ്ങൾക്കു സങ്കൽപ്പിക്കാൻപോലും കഴിയില്ല. ആ ചിന്ത അവരുടെ എതിർപ്പിന്റെ മുന ഒന്നുകൂടി കൂർപ്പിച്ചു.

പക്ഷേ, മധുവിന് യാതൊരു കൂസലുമില്ല. 'ഒരാകാശദുരന്തംപോലും

ആഹ്ലാദകാരിയാണെ'ന്ന മധുവിന്റെ നർമ്മംകലർന്ന അഭിപ്രായം എന്നിൽ പ്രതീക്ഷയും ആഹ്ലാദവും കോരിനിറച്ചു.

ആകാശത്തുവെച്ചു മരിച്ചാൽ കുറച്ചുകൂടി എളുപ്പത്തിൽ മേലോട്ട് പോകാമല്ലോ എന്ന് തമാശയോടെ ഓർത്തു. അങ്ങോട്ട് പോയി പരിചയമുണ്ടായിട്ടൊന്നുമല്ല. പ്രായമുള്ളവർ 'എന്നെ മേലോട്ടെടുക്കണേ'യെന്നു പ്രാർഥിക്കുന്നത് എപ്പോഴും കേൾക്കാറുണ്ടല്ലോ. ഏതായാലും മരണത്തെ പേടിച്ച് വിമാനത്തിൽ കയറാനുള്ള അവസരം പാഴാക്കിയില്ല.

എതിർപ്പിന്റെ സ്വരങ്ങളെയൊക്കെ ചെവിക്കുപുറത്തുകൂടി അന്തരീക്ഷവും കടത്തി ശൂന്യാകാശത്തിലേക്കയച്ചുകൊണ്ട് ഞങ്ങൾ വിദേശത്തേക്ക് പോകാൻ തന്നെ തീരുമാനിച്ചു. എനിക്ക് അധികാരികൾ 'നോ ഒബ്ജക്ഷൻ' സർട്ടിഫിക്കറ്റ് തന്നിട്ടും ഞങ്ങളെ സ്നേഹിക്കുന്ന ചിലർ അത് തരാൻ മടികാണിച്ചുനിന്നപ്പോൾ, അവരുടെ സർട്ടിഫിക്കറ്റിനു കാത്തുനിൽക്കാതെ ഞങ്ങൾ യാത്രയ്ക്കു തയ്യാറെടുത്തു. ഞങ്ങൾ എന്നു പറഞ്ഞാൽ അതിശയോക്തിയായിരിക്കും. എല്ലാ ഒരുക്കങ്ങളും എന്റെ സഹോദരൻ ഒറ്റയ്ക്കുതന്നെ പൂർത്തിയാക്കി.

പാസ്പോർട്ട് കിട്ടിക്കഴിഞ്ഞപ്പോൾ എങ്ങോട്ടുപോകണമെന്നു തീരുമാനിക്കാൻ അൽപ്പസമയമെടുത്തു. അമേരിക്കയും ഇംഗ്ലണ്ടും ഫ്രാൻസും റഷ്യയുമൊക്കെ വലിയ സ്വപ്നങ്ങളായി മനസ്സിലുണ്ട്. വായന എന്ന മുതൽമുടക്കിൻമേൽ കെട്ടിപ്പൊക്കിയ ആ സ്വപ്നങ്ങൾക്ക് തൽക്കാലം എന്നെ കൊണ്ടുപോകാനുള്ള ശേഷിയില്ല. സ്വപ്നം കാണുമ്പോഴും യാഥാർഥ്യം മറക്കാൻ പാടില്ലല്ലോ. അടുത്തകാലത്തായി ഗൾഫ് നാടുകൾ എന്റെ സ്വപ്നങ്ങളിലേക്ക് ഇടയ്ക്കിടെ കയറിവരാറുണ്ട്. പളപളാന്നുള്ള ഗൾഫ് പ്രവാസിബന്ധുക്കളുടെ വരവും അത്തറും പൗഡറും സാരിയുമൊക്കെ സമ്മാനമായി വല്ലപ്പോഴും കിട്ടുന്നതും ഗൾഫ് നാടിനെ കുറച്ചൊക്കെ പരിചിതമാക്കിയിരുന്നു.

അപ്പോഴൊന്നും അങ്ങോട്ടു പോകണമെന്ന് തോന്നിയിട്ടേയില്ല. പിന്നീട് ബ്ലോഗെഴുത്തും വായനയും കുറെ പ്രവാസി സുഹൃത്തുക്കളെ സമ്മാനിച്ചു. അവരിലേറെപ്പേരും ഗൾഫ് നാടുകളിലാണ്. എപ്പോഴെങ്കിലും ഗൾഫിൽ പോകണമെന്ന് ചെറുതായൊന്ന് കൊതിച്ചിട്ടുമുണ്ട്. അതു കൊണ്ട് ആദ്യയാത്ര ഗൾഫിലേക്കായാലോ എന്നൊരാലോചനയുണ്ടായി.

എന്നാൽ ഞങ്ങളുടെ യാത്രാപാക്കേജിലേക്ക് സിങ്കപ്പൂർ നിനച്ചിരിക്കാതെ കടന്നുവരികയായിരുന്നു.

സിനിമാപ്പേരുകൾ നൽകിയ അറിവിൽ തലയെടുപ്പോടെ നിൽക്കുന്ന നഗരം. മധുവിധുവാഘോഷങ്ങളും പ്രണയവും പരിഷ്കാരവുമൊക്കെ

ഏതൊക്കെയോ അളവിൽ മനസ്സിൽ കുറിച്ചിട്ട സ്ഥലം. ലോകത്തിന്റെ സമ്പന്നമായ വാണിജ്യകേന്ദ്രം. അവിടെ എന്നെങ്കിലുമെത്തുമെന്ന് വിചാരിച്ചിട്ടേയില്ല. കാരണം എന്റെ വായനയുടെ ലോകത്ത് സിങ്കപ്പൂർ ഉണ്ടായിരുന്നില്ല. സ്വപ്നം കാണാനും എന്തെങ്കിലും കാരണം വേണമല്ലോ.

എന്റെ സഹോദരൻ മധുകുമാർ കുടുംബത്തിനും കൂട്ടുകാർക്കുമൊപ്പം സിങ്കപ്പൂർ സന്ദർശിക്കാൻ നേരത്തെ തീരുമാനിച്ചിരുന്നു. സിങ്കപ്പൂരിന്റെ വശ്യസൗന്ദര്യത്തിൽ മനംമയങ്ങി, അവൻ ഞങ്ങളെയും അങ്ങോട്ട് പാർസലാക്കാൻ ആ യാത്രാവേളയിൽതന്നെ തീരുമാനമെടുക്കുകയായിരുന്നു. അവന്റെ ഭാര്യ മഞ്ജു എന്ന ഷീജ നേരത്തെ പോയതാണെങ്കിലും ആ യാത്രയിൽ ഒന്നുകൂടി ഞങ്ങളെ അനുഗമിക്കും എന്നും ധാരണയായി. അവരെ കൊണ്ടുപോയ എയിസ് ഗ്ലോബൽ ഡെസ്റ്റിനേഷൻ എന്ന ട്രാവൽ ഏജൻസി തന്നെ ഞങ്ങളെയും കൊണ്ടു പോകും. അവശവിഭാഗം സിങ്കപ്പൂരിൽ ലാന്റ്ചെയ്താൽ അവിടെ ഉദ്യോഗവും ഭരിച്ച് ഭാര്യാസമേതം സസുഖം വാഴുന്ന സഹോദരീപുത്രന്റെ കൈത്താങ്ങ് ലഭിക്കുമെന്നൊരു പ്രതീക്ഷയും ഞങ്ങളുടെ യാത്രാപദ്ധതിക്ക് കരുത്തേകി.

പ്രതീക്ഷകളാണല്ലോ മനുഷ്യരെ ജീവിക്കാൻ പ്രേരിപ്പിക്കുന്നത്.

മധുവും കുടുംബവും തിരിച്ചെത്തിയ ഉടനെ ഞങ്ങളുടെ യാത്രയ്ക്കു വേണ്ടുന്നതെല്ലാം ചെയ്യാൻ തുടങ്ങി. അച്ഛനും അമ്മയ്ക്കും മെഡിക്കൽ ചെക്കപ്പ് ആവശ്യമാണ്. രണ്ടുപേർക്കും ഇടയ്ക്കിടെ അസുഖം വരുന്നതാണല്ലോ. അച്ഛന് പനിയും ശ്വാസം മുട്ടലും അധികമായിട്ട് ആശുപത്രിയിൽ പ്രവേശിപ്പിച്ചു.

"പോയാലേ പോയീന്ന് പറയാൻ പറ്റൂ"എന്ന് അമ്മ സംശയം പ്രകടിപ്പിച്ചുകൊണ്ടിരുന്നു.

അരികിലെത്തിയ ഭാഗ്യം അകന്നുപോകുന്ന കാര്യം എനിക്ക് ആലോചിക്കാൻ പോലുമാവില്ലായിരുന്നു. അതുകൊണ്ട് അമ്മ അങ്ങനെ പറയാൻ തുടങ്ങുമ്പോഴൊക്കെ ഞാനമ്മയെ തടയാൻ ശ്രമിച്ചു. പരീക്ഷണങ്ങൾക്കൊടുവിൽ ദൈവം കനിഞ്ഞു. ഏതായാലും അച്ഛന്റെ അസുഖം കുറഞ്ഞു.

പിന്നീട് മധു പറഞ്ഞറിഞ്ഞു. അച്ഛനെ ചികിത്സിച്ച ഡോക്ടർ മുന്നറിയിപ്പ് നൽകിയിരുന്നത്രേ. 'ഇദ്ദേഹത്തേയുംകൊണ്ട് വിദേശയാത്ര നടത്തിയാൽ ജീവനോടെ തിരിച്ചുകൊണ്ടുവരാനാവില്ല.'

ധീരനായ എന്റെ സഹോദരൻ അതൊന്നും ചെവിക്കൊണ്ടതേയില്ല. ആ വിവരംപോലും അവൻ ഞങ്ങളെ അറിയിക്കാതിരിക്കുകയായിരുന്നു.

സഞ്ചാരത്തിന്റെ സാഹസവഴിയിലേക്ക്

2011 ആഗസ്റ്റ് 19. വിമാനത്തിൽ കയറി വിദേശത്തു പോകുക എന്ന വളരെ ചെറുപ്പം മുതലുള്ള ആഗ്രഹം ഒന്നുറക്കെ വിളിച്ചുപറയാനുള്ള ധൈര്യം പോലുമില്ലാതിരുന്ന ഞാനിതാ പറക്കാൻ പോകുന്നു. ഇതുവരെ എനിക്കവിശ്വസനീയമായൊരു സംഭവം സത്യമായിത്തീർന്നതിന്റെ സന്തോഷം ഞാൻ മറച്ചുവെച്ചില്ല. സാധാരണ ഒരു യാത്ര പുറപ്പെടുമ്പോൾ എന്റെ മനസ്സിൽ നിറയെ വേവലാതിയായിരിക്കും. എങ്ങനെയാണ് എന്റെ ദുർബ്ബലമായ ശരീരത്തെ അവിടെയെത്തിക്കുക എന്ന ആധിയാണ് കാരണം. ഇപ്രാവശ്യം യാതൊരു പേടിയുമെനിക്കുണ്ടായില്ല. എന്റെ കുഞ്ഞാങ്ങള കൂടെത്തന്നെയുള്ളപ്പോൾ ഞാനെന്തിനു പേടിക്കണം.

അവസാനനിമിഷം പരിപാടിയിൽ ഒരു മാറ്റം വരുത്തി. മധു ഞങ്ങളുടെകൂടെ വീണ്ടും സിങ്കപ്പൂർ സന്ദർശിക്കാൻ തീരുമാനിച്ചു. അവിടെനിന്ന് വന്നിട്ട് ദിവസങ്ങൾക്കുള്ളിൽ വീണ്ടും ഞങ്ങൾക്കു വേണ്ടി മാത്രം അങ്ങോട്ടുതന്നെ പോവുക എന്ന സാഹസത്തിന് മധു തയ്യാറാവുകയായിരുന്നു. മറ്റാരുടെ കൈയിലും ഞങ്ങളെ വിശ്വസിച്ചേൽപ്പിക്കാൻ അവന് ധൈര്യമില്ലായിരുന്നു എന്നതാണ് സത്യം.

രാവിലെ 9മണിക്ക് ഞങ്ങൾ വീട്ടിൽനിന്നിറങ്ങി. ഞങ്ങളുടെ ബന്ധു കുഞ്ഞിരാമേട്ടൻ,മധുവിന്റെ ഭാര്യയുടെ അച്ഛൻ, ശുഭയാത്ര നേരാനെത്തി. അദ്ദേഹത്തിന്റെ ഭാര്യ ചന്ദ്രവല്ലിയേച്ചി ഫോണിലൂടെ ആശംസയറിയിച്ചു. ഞങ്ങളെ ട്രെയിൻ കയറ്റാൻ മഞ്ജു കൂടെ വന്നു

കണ്ണൂർ റെയിൽവേ സ്റ്റേഷനിലെത്തിയപ്പോൾ ആദ്യത്തെ പ്രശ്നം

തലപൊക്കി. അടുത്ത ട്രാക്കിലാണ് ഞങ്ങൾക്കു പോകേണ്ട ട്രെയിൻ വന്നുനിൽക്കുക. ട്രാക്ക് ഇറങ്ങിക്കയറാനോ, ഓവർബ്രിഡ്ജ് കയറിയിറങ്ങാനോ എനിക്ക് കഴിയില്ല. മധു ഓടിനടന്ന് എനിക്കും അച്ഛനും വീൽച്ചെയർ സർവീസ് സംഘടിപ്പിച്ചു. ഇവിടെ തുടങ്ങുകയാണ് എന്റെ വീൽച്ചെയർ യാത്ര. ഒരുപാടു ദൂരം പോയാൽ പ്ലാറ്റ്ഫോമിന്റെ ചരിവുതലത്തിലൂടെയിറങ്ങി അടുത്ത ട്രാക്കിലേക്ക് കയറാം. ചക്രക്കസേരയിൽ ചാഞ്ഞുകിടന്നുകൊണ്ട് രാജകീയമായി ട്രെയിനിനടുത്തേക്ക്. പിന്നാലെ ക്യാമറയുമായി എന്റെ ചിത്രമൊപ്പിയെടുക്കാൻ ഓടിവരുന്ന സഹോദരൻ.

ആ നിമിഷം ഞാനാലോചിച്ചത് ഇങ്ങനെയായിരുന്നു. 'ഞാനെന്തുമാത്രം ഭാഗ്യവതിയാണ്.'

പോർട്ടർമാർ എന്നെ വണ്ടിയിൽ കയറ്റിയിരുത്തി. എന്നെപ്പോലെ അച്ഛനും വീൽച്ചെയറിൽ വണ്ടിക്കരികിലെത്തി. ഞങ്ങൾ സുരക്ഷിതമായി കയറിയതിനുശേഷം അമ്മയെയും കയറ്റി മധു വണ്ടിയിൽ കയറി.

ഞങ്ങൾ വീൽച്ചെയറിൽ കയറിയതിനുശേഷം മഞ്ജു യാത്രപറഞ്ഞു വീട്ടിലേക്കു മടങ്ങി. ഞങ്ങൾ വന്ന കാർ വീട്ടിൽ തിരിച്ചെത്തിക്കേണ്ട ചുമതല അവൾക്കാണ്.

അങ്ങനെ ഞങ്ങളുടെ സാഹസികയാത്ര(ഞങ്ങളെ സംബന്ധിച്ച്) ആരംഭിച്ചു. വണ്ടിയുടെ ഝുക് ഝുക് താളത്തിനൊപ്പം എന്റെ ഹൃദയവും തുടികൊട്ടിക്കൊണ്ടിരുന്നു. പ്രതീക്ഷയും ആഹ്ലാദവും സ്വൽപ്പം പേടിയും കൂടിക്കുഴഞ്ഞൊരു വികാരം എന്നിൽ പതഞ്ഞുപൊങ്ങി. ഇതൊരു സ്വപ്നമാണോയെന്നുപോലും ഞാൻ സംശയിച്ചു.

തൊട്ടടുത്ത സീറ്റിൽ എപ്പോഴും ഇയർഫോൺ ചെവിയിൽവെച്ച് പാട്ടുകേൾക്കുന്ന മെലിഞ്ഞ ഒരു പെൺകുട്ടി. അവൾ മുംബൈയിൽ നേഴ്സാണ്. ഒറ്റയ്ക്ക് നാട്ടിലേക്ക് വരികയാണ്. ഭാരിച്ച രണ്ട് പെട്ടികൾ മാത്രം കൂട്ടിനുണ്ട്. ഇത്രയും വലിയ പെട്ടികളെങ്ങനെ ഒറ്റയ്ക്കിറക്കുമെന്നു ചോദിച്ചപ്പോൾ ആത്മവിശ്വാസത്തോടെ അവൾ പറഞ്ഞു. "അതൊക്കെ പറ്റും."

സ്റ്റേഷനടുക്കുന്നതിനുമുമ്പ് അവൾ ആ വലിയ പെട്ടികൾ തനിച്ചുതന്നെ തീവണ്ടിയുടെ വാതിലിനടുത്ത് കൊണ്ടുവെച്ചു. ആരാധനയോടെ ആ പെൺകുട്ടിയുടെ ചുറുചുറുക്കാർന്ന ചലനങ്ങൾ നോക്കിയിരുന്നുപോയി. ഒരു കുഞ്ഞസൂയയും തോന്നിയോ എന്നൊരു സംശയം. എറണാകുളത്തെത്തുമ്പോൾ മധുവിന് ഒറ്റയ്ക്ക് എന്നെ പിടിച്ചിറക്കാനാവില്ല എന്ന ആധി തീവണ്ടിയിൽ കയറിയപ്പോൾ

മുതൽ എന്നെ വേട്ടയാടാൻ തുടങ്ങിയിരുന്നു. വണ്ടിയിലുള്ളവരോട് സഹായമഭ്യർത്ഥിക്കണമല്ലോയെന്ന് കരുതിയിരിക്കുമ്പോളാണ് ഭാരമുള്ള രണ്ടുപെട്ടികളുമായി ആ മിടുക്കിപ്പെൺകുട്ടി ഇറങ്ങുന്നത് കാണുന്നത്. അപ്പോൾ എനിക്കവളോട് അസൂയ തോന്നിയില്ലെങ്കിലല്ലേ അത്ഭുതമുള്ളൂ.

ഇടയ്ക്ക് വണ്ടിയിലെ ചായ കുടിച്ചെങ്കിലും ഉച്ചഭക്ഷണം ഞങ്ങൾക്കൊരാൾ ഇലയിൽപ്പൊതിഞ്ഞ് കൊടുത്തയച്ചിരുന്നു. അത് മറ്റാരുമല്ല, മഞ്ജുവിന്റെ അമ്മ ചന്ദ്രവല്ലിയേച്ചിയാണ്. അവർ പുലർച്ചയ്ക്കെഴുന്നേറ്റ് ഞങ്ങൾക്കുവേണ്ടി നാരങ്ങാച്ചോറ് തയ്യാറാക്കി. യാത്രയിൽ വയറു കേടാകാതിരിക്കാൻ നാരങ്ങാച്ചോറാണ് നല്ലത്.

ട്രെയിൻ സ്റ്റേഷനടുത്തെത്താറായപ്പോൾ മധു എന്നെയും അച്ഛനെയും വാതിലിനടുത്ത് കൊണ്ടിരുത്തി. എന്നിട്ട് ലഗ്ഗേജും അവിടെയെത്തിച്ചു. ഞങ്ങളെ വണ്ടിയിൽനിന്ന് ഇറക്കാൻ അരോഗദൃഢഗാത്രരായ രണ്ടുമൂന്ന് യാത്രികരെ കണ്ടെത്തുകയുംചെയ്തു. അങ്ങനെ ഞങ്ങൾ അതിസാഹസികമായി എറണാകുളത്തിറങ്ങി. അവിടെ ഞങ്ങളുടെ യാത്ര സംഘടിപ്പിച്ച ട്രാവൽ ഏജൻസിയുടെ സ്റ്റാഫ് കാത്തുനിൽപ്പുണ്ട്. അയാൾ ഞങ്ങളെ നെടുമ്പാശ്ശേരി എയർപോർട്ടിനടുത്തുള്ള ഹോട്ടലിലെത്തിച്ചു. ഐശ്വര്യത്തോടെ ഹോട്ടൽ ജീവനക്കാർ ചക്രക്കസേരയുരുട്ടി കാറിനടുത്തെത്തി. എന്നിട്ട് എന്നെയതിൽ പ്രതിഷ്ഠിച്ച് മുറിയിലെത്തിച്ചു.

മനസ് പിറുപിറുത്തത് ആരും കേട്ടില്ല. "ഒന്നു പിടിച്ചാൽ പോരേ. ഇവിട്യൊക്കെ ഞാൻ നടക്കുമല്ലോ."

അതിനിടയിൽ ഒരു കാര്യം പറയാൻ വിട്ടുപോയി. ഒരാഴ്ചമുമ്പ് മധു വീട്ടിലെത്തിയത് മനോഹരമായൊരു വീൽച്ചെയറുമായിട്ടായിരുന്നു. അതുകണ്ടപ്പോൾ ഒന്നു ഞെട്ടിയെങ്കിലും പ്രതികരിച്ചില്ല. എന്റെ മനസ് വായിച്ച അമ്മ പറഞ്ഞു. "ഏച്ചിക്ക് ഇത് കാണുമ്പോൾ സങ്കടാവും."

അപ്പോൾ ആങ്ങളയുടെ മറുപടി. "ഇത് അവൾക്കല്ല. നടക്കാൻ പറ്റാതാവുമ്പോൾ അച്ഛനമമ്മയ്ക്കും വേണ്ടിയാണ്."

മൂന്നാല് വർഷമായല്ലോ എനിക്ക് പിടിക്കാതെ നടക്കാൻ കഴിയാതായിട്ട്. അതിനുമുമ്പ് പടികൾ കയറുമ്പോൾ മാത്രം എന്തെങ്കിലും പിടിച്ചാൽ മതിയായിരുന്നു. ഇത്തിരി പതുക്കെയാണെങ്കിലും തനിയെ നടക്കുമായിരുന്നു. ശരീരഭാരം കൂടുന്നതിനനുസരിച്ച് മുട്ടുവേദനയും കൂടിക്കൊണ്ടിരുന്നു. അതിന്റെ ഫലം പിടിച്ചാലേ നടക്കാൻ പറ്റൂ എന്നതായി. ആദ്യമൊക്കെ ഒരാൾ പിടിച്ചാൽ മതി എന്നിടത്ത്

ഇപ്പോൾ രണ്ടുവശത്തുമായി രണ്ടുപേർ പിടിച്ചാലേ നടക്കാനാവൂ എന്ന അവസ്ഥയിലെത്തി. ഇരുഭാഗത്തും കുട്ടികൾ പിടിച്ചുകൊണ്ട് ഞാൻ ക്ലാസിൽനിന്നും സ്റ്റാഫ് റൂമിലേക്ക് നടന്നുവരുമ്പോൾ സഹൃദയരായ അധ്യാപകർ കളിയാക്കും. "ദാ, മഹാറാണിയും പരിവാരങ്ങളും വരുന്നുണ്ട്."

എന്നിട്ടും ഞാനിതുവരെ ചക്രക്കസേര ഉപയോഗിച്ചിട്ടില്ല. പകരം എന്റെ വിദ്യാർത്ഥികളും സഹപ്രവർത്തകരും താങ്ങായി കൂടെനടന്നു. അവർ എപ്പോഴും എനിക്ക് ഊന്നുവടികളായി മാറി.

എന്തായാലും ഇപ്പോൾ ആ ചക്രക്കസേര കൊണ്ടുവന്നിട്ടില്ല. മധു അന്വേഷിച്ചപ്പോൾ സിങ്കപ്പൂരിൽ വീൽച്ചെയർ സർവീസ് ലഭ്യമാണെന്നറിഞ്ഞതുകൊണ്ടാണ് ഇവിടെ നിന്ന് കൊണ്ടുപോകാഞ്ഞത്.

ഹോട്ടൽ മുറിയിൽ അൽപ്പനേരം വിശ്രമം. പിന്നെ കുളിച്ച് ഒരുങ്ങി ഭക്ഷണവും കഴിച്ച് രാത്രി എട്ടുമണിയോടെ എയർപോർട്ടിലേക്ക് പുറപ്പെട്ടു. കാറിൽനിന്ന് വീണ്ടും വീൽച്ചെയറിലേക്ക്. സഹായം ആവശ്യമുള്ളവർ എന്ന പരിഗണനയിൽ എനിക്കും അച്ഛനും നെടുമ്പാശേരി വിമാനത്താവളത്തിൽ വീൽച്ചെയർ സർവീസ് ലഭിച്ചു. ചക്രക്കസേരയിലിരുന്നുകൊണ്ട് എയർപോർട്ടിലെ, ഇത്തിരി മാത്രം സിനിമയിലും അതിലേറെ സങ്കല്പത്തിലും കണ്ടിരുന്ന വിശേഷങ്ങൾ നോക്കിക്കൊണ്ടിരുന്നു.

സാധനങ്ങളൊക്കെ ചെക്ക് ചെയ്യാനേൽപ്പിച്ച് ബോർഡിംഗ് പാസ്സെടുത്തു. എമിഗ്രേഷൻ ക്ലിയറൻസ് കഴിഞ്ഞ് വെയിറ്റിംഗ് ലോഞ്ചിൽ കാത്തിരുന്നു. രാത്രി പതിനൊന്ന് മണിയാണ് ഫ്ലൈറ്റ് സമയം. അതുവരെ കാത്തിരിക്കണം. കഥകളിൽ മാത്രം വായിച്ച കാഴ്ചയും അനുഭവങ്ങളും കണ്മുന്നിലൂടെ ഘോഷയാത്രയായി നീങ്ങുന്നു. ദൈവമേ, ഏറെ ആഗ്രഹിച്ചിരുന്നെങ്കിലും ഇതൊക്കെ എന്നെങ്കിലും എന്റെ അരികിലെത്തുമെന്ന് ഒരിക്കലും പ്രതീക്ഷിച്ചിരുന്നില്ലല്ലോ. എ.സി.യുടെ തണുപ്പിൽ കുളിരുമ്പോൾ അതിശയത്തോടെ ഓർത്തുപോയി. 'എന്തെല്ലാം അത്ഭുതങ്ങളാണ് എനിക്കുവേണ്ടി ഒരുക്കിയിരിക്കുന്നത്!'

പെട്ടെന്ന് എന്റെ ചിന്തകളെ മുറിച്ചുകൊണ്ട് വീൽച്ചെയർ സാരഥിമാർ ഞങ്ങളെ വിളിച്ചുണർത്തി. എക്സ്റേ സ്കാനിംഗും ബോഡി സ്കാനിംഗും കഴിഞ്ഞ് സിൽക് എയറിന്റെ വിമാനത്തിൽ കയറാൻ വീൽച്ചെയറിന്റെ ചക്രമുരുളുമ്പോൾ എന്റെ മനസ്സിലെ ആശങ്കയൊട്ടും നീങ്ങിയിരുന്നില്ല. ആരെങ്കിലുമൊക്കെ സഹായിക്കുമെന്ന ആത്മവിശ്വാസമെപ്പോഴും കൂടെയുണ്ട്. അതോടൊപ്പം അരിച്ചുകയറുന്ന

ഭീതിയും എന്റെ കൂടെപ്പിറപ്പാണല്ലോ.

വിമാനയാത്രയെക്കുറിച്ചോർക്കുമ്പോഴൊക്കെ എന്നെ അലട്ടിയിരുന്നത് ഗോവണിപ്പേടിയായിരുന്നു. ഫ്ലൈറ്റിലെത്താൻ ഗോവണി കയറണമെന്ന് എനിക്കറിയാം. ടി.വി.യിലൊക്കെ കണ്ടിട്ടുമുണ്ട്. തനിയെ വിമാനത്തിന്റെ ഗോവണി കയറാൻ എനിക്കാവില്ലല്ലോ. പക്ഷേ, വീൽച്ചെയർ ഉരുണ്ടുചെന്ന് നിന്നപ്പോഴേക്കും 'ഹായ് മാഡം' എന്ന് കൈനീട്ടിക്കൊണ്ട് പച്ചയുടുപ്പിട്ട സുന്ദരിക്കുട്ടികൾ എന്നെ വളഞ്ഞു. അവരഞ്ചുപേരും എയർഹോസ്റ്റസുമാരാണെന്നും വിമാനത്തിന്റെ വാതിലിനു സമീപമാണെത്തിയതെന്നും അപ്പോഴാണറിയുന്നത്. ഞാൻ വിമാനത്തിലേക്ക് കയറുകയാണെന്ന് മനസ്സിലാക്കാൻ ഇത്തിരി സമയമെടുത്തു. കാരണം എവിടെ നോക്കിയിട്ടും ഗോവണിയൊന്നും കാണുന്നില്ല. വിമാനവുമായി ബന്ധിപ്പിക്കുന്ന ക്ലോസ്ഡ് ഹൊറിസോണ്ടൽ റാമ്പ് ഉണ്ടെന്ന് അപ്പോഴാണ് മനസ്സിലായത്. ചൈനീസ് യുവസുന്ദരിമാർ എന്നെ പുഷ്പംപോലെ പെറുക്കിയെടുത്ത് വിമാനത്തിലെ ഇരിപ്പിടത്തിലെത്തിച്ചു.

തീവണ്ടിയിലും ബസ്സിലുമൊന്നും ഇത്രയെളുപ്പത്തിൽ എന്റെ ശരീരത്തെ കയറ്റാൻ പറ്റില്ല. അപ്പോൾ എനിക്കു പറ്റിയ വാഹനം വിമാനമാണ് എന്ന് മനസ്സിൽ കുറിച്ചിട്ടു.

ഹോ.. ഇങ്ങനെയൊക്കെയാണല്ലേ അതിമോഹത്തിന് പറക്കാൻ കഴിയുക!

ആഗ്രഹിച്ചതുപോലെ എനിക്ക് ജനലിനടുത്തുതന്നെ സീറ്റുകിട്ടി. തൊട്ടടുത്ത് അമ്മ. അതിനപ്പുറം അച്ഛൻ. അതിനുമപ്പുറം മധു. അതേ നിരയിൽ ഇടനാഴിക്കപ്പുറമാണ് അവന്റെ സീറ്റ്. കുഷ്യൻ നേരെ വെച്ച് ഞങ്ങളെ ഇരിപ്പിടത്തിലുറപ്പിച്ച്, പുതപ്പിച്ച്, ആവശ്യമുള്ള നിർദ്ദേശങ്ങൾ തന്ന് മധു സ്വന്തം സീറ്റിൽ പോയിരുന്നു. ഞങ്ങളാരെങ്കിലും ഒന്നുനോക്കിയാൽ മതി. അവൻ എഴുന്നേറ്റ് അടുത്തേക്കുവരും. വേണ്ടതു ചെയ്തുതരും.

ഞാൻ വായും പൊളിച്ച് ചുറ്റും നോക്കിക്കൊണ്ടിരിക്കെ ഇരിപ്പിടങ്ങൾ നിറഞ്ഞു.

കുറച്ചധികം സമയമായി വിമാനത്തിൽ കയറിയിട്ട്. എ.സി.യുടെ നേരിയ തണുപ്പുണ്ട്. പുതപ്പുള്ളതുകൊണ്ട് പ്രശ്നമില്ല. മുന്നിലുള്ള ടി.വി.യിൽ എന്തൊക്കെയോ മിന്നിമറയുന്നുണ്ട്. സീറ്റിനുമുന്നിലെ ബോക്സിൽ എന്തൊക്കെയോ ജംഗമവസ്തുക്കളുണ്ട്. തൽക്കാലം അതൊക്കെ ഞങ്ങൾക്ക് ഉപയോഗിക്കാം എന്നു മനസ്സിലായി. അതൊക്കെ പരിശോധിച്ചുകൊണ്ടിരിക്കുമ്പോൾ പെട്ടെന്ന് അനൗൺസ്മെന്റ് മുഴങ്ങി.

വിമാനം ഉയരുകയാണ്. സീറ്റുബെൽറ്റ് മുറുക്കണം.

എങ്ങനെയാണ സീറ്റ് ബെൽറ്റ് മുറുക്കേണ്ടതെന്ന് നേരത്തെ മധു കാണിച്ചുതന്നിരുന്നു. എയർഹോസ്റ്റസ് സഹായത്തിനുമെത്തി. വിമാനം ഇരമ്പാൻ തുടങ്ങി. ചെറിയതോതിൽ വിറയൽ അനുഭവപ്പെട്ടു. അമ്മ കണ്ണുമടച്ച് മുഖം താഴ്ത്തിയിരിപ്പാണ്. അമ്മയുടെ മുഖത്തെ പേടി കണ്ടപ്പോൾ കളിയാക്കാൻ തോന്നിയെങ്കിലും മിണ്ടിയില്ല. അച്ഛനു വലിയ പ്രശ്നമുണ്ടെന്നു തോന്നിയില്ല. എയർപോർട്ടിലെ വിളക്കുകളെല്ലാം താഴോട്ടുപോകുകയാണല്ലോ. കണ്ണെടുക്കാതെ പുറത്തേക്കുനോക്കിയിരുന്നു. വിമാനത്തിന്റെ ചിറക് കാഴ്ചയുടെ കുറെഭാഗം അപഹരിച്ചുകളഞ്ഞു. ഒളിഞ്ഞും തെളിഞ്ഞും ഇടയ്ക്കിടെ മണ്ണിൽനിന്നും ദീപങ്ങൾ കണ്ണടച്ചും തുറന്നും യാത്രാമംഗളം നേർന്നു.

വിമാനം ഉയർന്ന് കുറച്ചുകഴിഞ്ഞപ്പോൾ ആകാശസുന്ദരിമാരിലൊരാൾ ജ്യൂസുമായെത്തി. പിന്നീട് ഭക്ഷണവും കിട്ടി. മിന്നിത്തിളങ്ങുന്ന നക്ഷത്രക്കുഞ്ഞുങ്ങൾ പുഞ്ചിരി പൊഴിച്ചുകൊണ്ട് വഴി കാണിച്ചു. മങ്ങിയ വെളിച്ചത്തിൽ കമ്പിളി പുതച്ച മേഘങ്ങൾ ഞങ്ങളെ തൊട്ടുരുമ്മിക്കടന്നുപോയി. നാലരമണിക്കൂർ കടന്നുപോയതറിഞ്ഞില്ല. ഇടയക്കൊന്ന് മയങ്ങിയോയെന്നു സംശയം. ഉണർന്നപ്പോൾ കണ്ണുമിഴിച്ച് പുറത്തേക്ക് നോക്കി. കാടും കടലുമൊന്നും കാണുന്നില്ല. താഴ്ന്നു പറക്കുമ്പോൾ ചില ഭാഗത്ത് പ്രകാശത്തിന്റെ തുരുത്ത് കണ്ടപ്പോൾ അത് കരയാണെന്ന് മനസ്സിലായി. ബാക്കിയെല്ലാം ഇരുട്ടിൽ ആണ്ടുകിടക്കുന്ന മഹാസമുദ്രം. വീണ്ടും സീറ്റുബെൽറ്റു മുറുക്കാൻ അനൗൺസ്മെന്റ്. വിമാനം താഴോട്ടിറങ്ങുകയാണ്. വിണ്ണിൽനിന്നും മണ്ണിലേക്കിറങ്ങിയ വിമാനത്തിന്റെ മുരൾച്ചയും വിറയലും പതുക്കെ നിന്നു.

പുലർച്ചയ്ക്ക് ആറുമണിയോടെ ഞങ്ങളുടെ വിമാനം ചാങ്കി അന്താരാഷ്ട്രവിമാനത്താവളത്തിലെ ടെർമിനൽ 2വിൽ ഇറങ്ങി. ഇനി വിമാനത്തിൽനിന്ന് ഇറങ്ങണമല്ലോ. സിങ്കപ്പൂരിന്റെ മണ്ണിലേക്ക്. അപ്പോഴേക്കും സ്വന്തക്കാരായി മാറിയ എയർഹോസ്റ്റസുമാർ ഞങ്ങളുടെ കൈ പിടിച്ച് പതുക്കെ വിമാനത്തിനു വെളിയിലിറക്കി. അവിടെ ഞങ്ങളേയും പ്രതീക്ഷിച്ച് മൂന്നു എയർപോർട്ട് ജീവനക്കാർ വീൽച്ചെയറുമായി കാത്തുനിൽപ്പുണ്ടായിരുന്നു. ചെറുപ്പക്കാരൊന്നുമല്ല. അറുപത്തഞ്ചിനു മുകളിൽ പ്രായമുള്ള സിങ്കപ്പൂർ പൌരൻമാർ. സിങ്കപ്പൂരിൽ റിട്ടയർമെന്റ് പ്രായം അറുപത്തിരണ്ടുവയസ്സാണെങ്കിലും റിട്ടയർമെന്റിനുശേഷവും വിശ്രമജീവിതം നയിക്കാതെ ആളുകൾ ജോലി ചെയ്യും. പ്രായം കൂടുംതോറും ആയാസം കുറഞ്ഞ ജോലി തെരഞ്ഞെടുക്കാം. പകുതി ശമ്പളവും അലവൻസും ലഭിക്കുമത്രേ.

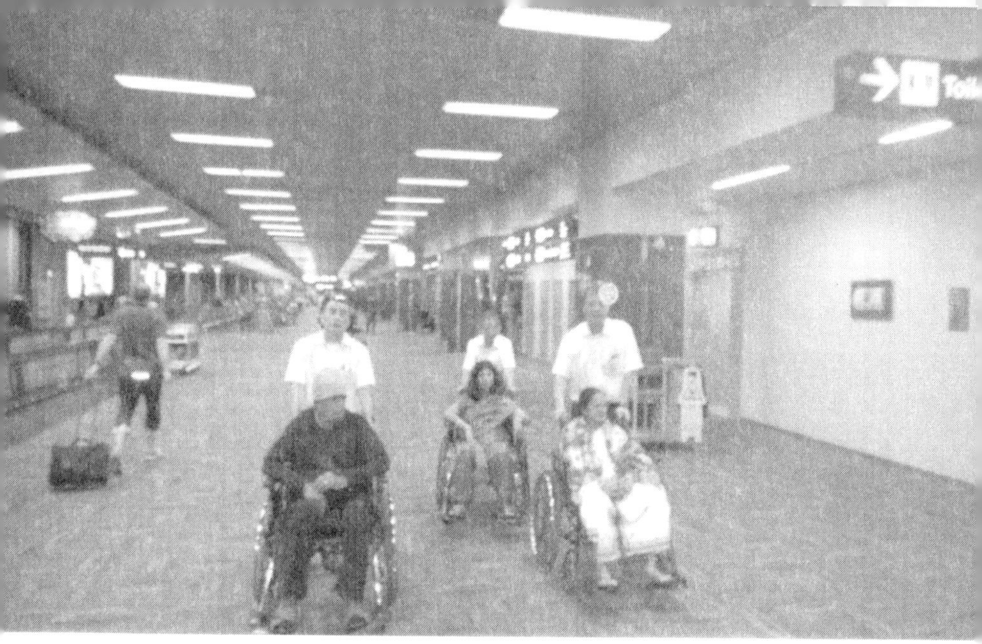

• ചാങ്കി എയർപോർട്ടിൽ

ആയുർദൈർഘ്യം തൊണ്ണൂറിനും നൂറിനും മുകളിലുള്ള സിങ്കപ്പൂരിൽ അതൊരാവശ്യമാണ്. ആയുസ്സിന്റെ പകുതിയിലേറെക്കാലം ഒന്നും ചെയ്യാനില്ലാതെ വിരസമായി നാൾ കഴിക്കുന്നതിനേക്കാൾ താല്പര്യമുള്ള ജോലിചെയ്ത് ജീവിക്കുന്നതാണ് നല്ലത്. ആദ്യവും അവസാനവും കയില് കോർക്കുക എന്ന ആശാരിച്ചൊല്ല് ഇവിടെ പ്രസക്തമാണ്.

നെടുമ്പാശ്ശേരി എയർപോർട്ട് കണ്ട് അന്തംവിട്ട് നിന്ന എനിക്ക് സിങ്കപ്പൂർ എയർപോർട്ട് കണ്ടപ്പോൾ എന്തുതോന്നിയെന്ന് പറയേണ്ടല്ലോ. ഏഷ്യയിലെ തിരക്കുപിടിച്ച വിമാനത്താവളങ്ങളിലൊന്നാണ് ചാങ്കി ഇന്റർനാഷണൽ എയർപോർട്ട്. സിങ്കപ്പൂരിലെ മൂന്നാമത്തെ എയർപോർട്ടാണിത്. സിങ്കപ്പൂരിൽ സ്ഥലപരിമിതി ഉണ്ടെങ്കിലും ഭാവിയിലെ ആവശ്യങ്ങൾ കൂടി പരിഗണിച്ചാണ് വിമാനത്താവളം നിർമ്മിച്ചിട്ടുള്ളത്. നിലവിൽ മൂന്ന് ടെർമിനലുകളുണ്ട്. ഭാവിയിൽ കൂടുതൽ ടെർമിനലുകളും റൺവേകളും നിർമ്മിക്കാനുള്ള സൌകര്യവുമുണ്ട്. ടെർമിനലുകളെ പരസ്പരം ബന്ധിപ്പിക്കുന്ന സ്കൈട്രെയിൻ സൌകര്യവും ഇവിടെയുണ്ട്. സ്കൈട്രെയിൻ വഴി ഒരു ടെർമിനലിൽനിന്നും മറ്റൊന്നിലേക്ക് പോകാം.

മങ്ങിയ വെളിച്ചത്തിൽ,ഇളം തണുപ്പിൽ ശരീരത്തിലും മനസ്സിലും ഉന്മേഷം അരിച്ചുകയറുകയാണ്. മനോഹരമായ പരവതാനിയിലൂടെ വിദേശപൗരന്മാർ ചക്രക്കസേരയിലിരുത്തി കൊണ്ടുപോകുമ്പോൾ തിളങ്ങുന്ന എയർപോർട്ട് കാഴ്ചകൾ പിൻവാങ്ങിക്കൊണ്ടിരുന്നു. ചെടികളും പൂക്കളും പുഞ്ചിരിയോടെ കുശലം

പറയാനൊരുങ്ങിയെങ്കിലും സാരഥികൾ അവരോട് സംസാരിക്കാൻ അനുവദിച്ചില്ല. മറയുന്ന കാഴ്ചകളെ മതിവരാതെ, കഴുത്ത് കഴയ്ക്കുന്നതുവരെ തിരിഞ്ഞുനോക്കി. പ്രായത്തെ വെല്ലുവിളിച്ചുകൊണ്ട് ചുറുചുറുക്കോടെ വീൽച്ചെയറുരുട്ടിയോടുന്ന ജീവനക്കാർക്കൊപ്പമെത്താൻ എന്റെ സഹോദരന് നന്നായി ഓടേണ്ടി വന്നു. മുന്നിൽ കാണുന്നതിനെക്കുറിച്ച് വാതോരാതെ വിവരിച്ചുകൊണ്ട് മധു ഞങ്ങൾക്കൊപ്പമോടി ക്കൊണ്ടിരുന്നു.

പെട്ടെന്നുതന്നെ പരിശോധനകളെല്ലാം പൂർത്തിയാക്കി ജീവനക്കാർ സഹകരിച്ചു. എമിഗ്രേഷൻ ക്ലിയറൻസ്, കസ്റ്റംസ് ക്ലിയറൻസ്, സെക്യൂരിറ്റി ചെക്ക് എന്നീ ഘട്ടങ്ങളിലെല്ലാം ചാങ്കി എയർപോർട്ട് ജീവനക്കാർ പ്രകടിപ്പിച്ച മര്യാദയും ബഹുമാനവും നമ്മുടെ നാട്ടിൽ സ്വപ്നം കാണാൻ പോലും കഴിയില്ല. അവരുടെ മര്യാദ കണ്ടപ്പോൾ നമ്മുടെ നാട്ടിൽ പാസ്പ്പോർട്ടിനു വേണ്ടി ദിവസങ്ങളോളം കയറിയിറങ്ങിയ കാര്യമോർത്തുപോയി.

കസ്റ്റംസ് ക്ലിയറൻസ് കഴിഞ്ഞ് ലഗ്ഗേജ് ലഭിക്കുന്നതുവരെ എൻട്രൻസിലിരുന്ന് ആർത്തിയോടെ പുറത്തേക്കുനോക്കി. പുറത്ത് നേരിയ മൂടൽമഞ്ഞുണ്ട്. ഞാൻ നേരിൽ കാണുന്ന ആദ്യത്തെ വിദേശമണ്ണ്. സമൃദ്ധമായി പൂത്ത് നിരന്നിരിക്കുന്ന പൂച്ചെടികൾ വിമാനത്താവളത്തിനുള്ളിൽനിന്നു പുറത്തേക്കിറങ്ങി ഞങ്ങളുടെ കൂടെപ്പോന്നു.

പൂക്കളും ചെടികളും എന്നുമെന്റെ ദൗർബ്ബല്യമാണ്. വീട്ടിൽ കാലിമേയ്ക്കാനും പുറംപണികൾക്കും നിൽക്കുന്ന പണിക്കാരുടെ സഹായത്തോടെ പഴയ വീടിന്റെ മുന്നിൽ ഞാൻ പണ്ട് മനോഹരമായ പൂന്തോട്ടമുണ്ടാക്കിയിരുന്നു. കൊത്താനും കിളക്കാനും മാത്രം പണിക്കാരുടെ സഹായം അച്ഛനില്ലാത്ത നേരംനോക്കി കൈക്കലാക്കി. കളപറിക്കലും വളമിടലുമൊക്കെ ഞാൻ തന്നെ ചെയ്തിരുന്നു എന്നു പറഞ്ഞാൽ ഇന്ന് എന്നെ അറിയുന്നവർ വിശ്വസിക്കാനിടയില്ല. പലതരം റോസും ചെമ്പരത്തിയും ചെത്തിയും മുല്ലയും പിച്ചിയും ശംഖുപുഷ്പവും സൂര്യകാന്തിയും വാടാമല്ലിയും ചെണ്ടുമല്ലിയും പത്തുമണിപ്പൂവും നാലുമണിപ്പൂവും പിന്നെയുമൊരുപാടുപൂക്കളും വിരിഞ്ഞു വിലസിനിന്നിരുന്ന എന്റെ പൂന്തോട്ടം കണ്ടവർ അറിയാതെ പാടിപ്പോകും.

'ഈ വല്ലിയിൽ നിന്നു ചെമ്മേ
പൂക്കൾ പോകുന്നിതാ പറന്നമ്മേ.'

ആറാംക്ലാസിൽ പഠനം നിർത്തി നിരാശയുടെ പടുകുഴിയിലേക്ക് വീണുപോയ എന്നോട് ഉയിർത്തെഴുന്നേൽക്കാൻ ആജ്ഞാപിച്ചത് ആ സ്വർഗസുന്ദരിമാരായിരുന്നല്ലോ. 'നീ ഇവിടെയുമെത്തിയോ?'

എന്ന മട്ടിൽ ഇപ്പോഴെന്നെ വിടർന്ന ചിരിയോടെ സ്വാഗതംചെയ്യുകയാണവർ.

എയർപോർട്ടിന്റെ മുമ്പിൽ വീൽച്ചെയറിൽനിന്ന് ഇറങ്ങി മണ്ണിൽ ചവിട്ടി നിന്നപ്പോൾ ഒരു സാമ്രാജ്യം കീഴടക്കിയതിന്റെ സംതൃപ്തിയായിരുന്നു മനസു നിറയെ. ആദ്യമായി കാണുന്ന വിദേശ മണ്ണിലെ കാറ്റ്, വെളിച്ചം. അതിശയത്തോടെ, കൺനിറയെ കണ്ടപ്പോൾ ആദ്യമായി മനസ്സിലുടക്കിയ കാര്യം, ചുറ്റുപാടും എന്തൊരു വൃത്തിയും വെടിപ്പുമെന്നതാണ്. മാലിന്യത്തിന്റെ ഒരംശംപോലും എവിടെയുമില്ല.

ഞങ്ങളുടെ ഗൈഡ് മാത്യൂസ് അദ്ദേഹത്തിന്റെ കേബ്(cab) കാറുമായി വന്നു.

ചൈനക്കാരനെന്നു തോന്നിപ്പിക്കുന്ന സിംഗപ്പൂർ പൌരനാണ് മാത്യൂസ്. ഒരുപക്ഷേ, അദ്ദേഹത്തിന്റെ പൂർവികർ ചൈനയിൽനിന്ന് കുടിയേറിയതായിരിക്കാം. സിംഗപ്പൂർ ഒരു കുടിയേറ്റ രാജ്യമാണല്ലോ. ഇവിടെ മലയക്കാരും ഇന്ത്യക്കാരും ചൈനക്കാരുമെല്ലാം കുടിയേറിയിട്ടുണ്ട്. ആദ്യം കുടിയേറിയ മലയക്കാരുടെ പൂർവികർ ഇന്തോനേഷ്യയിൽനിന്നുള്ള ബഗീസും ബൊയാനീസും ആണ്. മത്സ്യം പിടിച്ചുജീവിക്കുന്ന കടൽ ജിപ്സികളായിരുന്നു അവർ. ലോകത്തിന്റെ വ്യത്യസ്ത ഭൂഭാഗങ്ങളിൽനിന്നെത്തിയവർ നൽകിയ വ്യത്യസ്ത സംസ്കാരത്തിന്റെ സ്വാധീനം സിങ്കപ്പൂരിയൻസിൽ കാണാം.

ഭൂമധ്യരേഖയ്ക്ക് 137 കി.മീ. വടക്കായി തെക്കുകിഴക്കൻ ഏഷ്യയിൽ മലേഷ്യയ്ക്കും ഇന്തോനേഷ്യയ്ക്കും ഇടയിൽ സ്ഥിതിചെയ്യുന്ന ഒരു ദ്വീപസമൂഹമാണ് 'റിപ്പബ്ലിക് ഓഫ് സിങ്കപ്പൂർ'. 63 ഓളം ദ്വീപുകൾ ഉൾക്കൊള്ളുന്ന ചെറിയൊരു രാജ്യമാണ് സിങ്കപ്പൂർ.

ഈ ദ്വീപസമൂഹത്തിൽ സെന്റോസ പോലുള്ളത് കടലിൽനിന്നും മണ്ണിട്ട് ഉയർത്തിയെടുത്തതാണ്. ദ്വീപുകളിൽ പ്രധാനം സിങ്കപ്പൂർ തന്നെ. ഏതാണ്ട് 53 ലക്ഷം ജനസംഖ്യയുള്ള സിങ്കപ്പൂർ ജനസാന്ദ്രതയിൽ രണ്ടാംസ്ഥാനത്താണ്. എന്നിട്ടും സിങ്കപ്പൂരിലൊരിടത്തുപോലും തിക്കും തിരക്കും ഞങ്ങൾക്ക് അനുഭവപ്പെട്ടില്ല.

മാത്യൂസ് ഞങ്ങളെ കൊണ്ടുപോയത് മക്ഫേഴ്സൻ ഏരിയയിലെ വിൻഡ്സർ ഹോട്ടലിലേക്കാണ്. അവിടെയാണ് ഞങ്ങൾക്ക് താമസസൌകര്യമേർപ്പെടുത്തിയിട്ടുള്ളത്.

എയർപോർട്ടിൽനിന്നും മക്ഫേഴ്സൻ റോഡിനു സമീപത്തുള്ള ഹോട്ടലിലെത്താൻ ഇരുപത് മിനുട്ട് സഞ്ചരിക്കണം. യാത്രയിൽ എവിടെയും ട്രാഫിക് ബ്ലോക്ക് ഉണ്ടായില്ല. പലപ്പോഴും റോഡിൽ

• മാതാപിതാക്കളുടെ കൈത്താങ്ങിൽ വിൻഡ്സർ ഹോട്ടലിലേക്ക്

വാഹനങ്ങൾ ഇല്ലെന്നുതന്നെ പറയാം. അത് ശ്രദ്ധയിൽപ്പെടുത്തി യപ്പോൾ മാത്യൂസ് അതിന്റെ കാരണങ്ങൾ വിവരിച്ചുതന്നു.

സിങ്കപ്പൂരിൽ ഭൂരിപക്ഷംപേർക്കും സ്വന്തം വാഹനമില്ല. സിങ്കപ്പൂ രിൽ പുതിയവണ്ടി വാങ്ങിയാൽ അഞ്ചോ, പത്തോ വർഷത്തേക്ക് സർട്ടഫിക്കറ്റ് ഓഫ് എൻടൈറ്റിൽമെന്റ്(COE) ലഭിക്കണം. വാഹ നത്തിന്റെ ഉടമസ്ഥാവകാശവും റോഡിലിറക്കാനുള്ള അവകാശവും നൽകുന്ന സർട്ടിഫിക്കറ്റാണ് COE. കാലാവധി കഴിയുമ്പോൾ അത് അസാധുവാകും. അപ്പോൾ അന്ന് നിലവിലുള്ള തുക അടച്ച് വീണ്ടും പുതുക്കണം. അടുത്ത അഞ്ചുവർഷത്തിനുശേഷം വീണ്ടും പുതുക്കാൻ വർദ്ധിച്ച ചാർജ് നൽകണം. അതിന് മിക്കവരും മെനക്കെടാറില്ല. അപ്പോൾ ആ വാഹനത്തിന്റെ ആയുസ്സ് തീർന്നതായി കണക്കാക്കാം. കൂടാതെ റോഡ് ടാക്സും പാർക്കിംഗ് ചാർജും കണ്ടമാനം വർദ്ധിപ്പിച്ചും ഗവണ്മെന്റ് സ്വകാര്യവാഹനങ്ങൾ റോഡിലിറങ്ങുന്നത് നിരുത്സാഹ പ്പെടുത്തുന്നു. വെഹിക്കിൾ നിയമങ്ങൾ കർശനമാക്കുന്നതു കൊണ്ടും ട്രെയിനും ബസും ട്രാമുമൊക്കെ ഇഷ്ടംപോലെ സർവീസ് നടത്തുന്ന തുകൊണ്ടും സിങ്കപ്പൂരിൽ സ്വന്തം വാഹനം ഒരു അത്യാവശ്യമല്ല. സ്വകാര്യവാഹനങ്ങളുടെ ബാഹുല്യം കുറഞ്ഞതുകൊണ്ട് റോഡിൽ തിരക്കില്ല. അപകടവുമില്ലെന്ന് പറയാം. അന്തരീക്ഷമലിനീകരണ വും വളരെ കുറയ്ക്കാൻ കഴിയുന്നു.

വിൻഡ്സർ ഹോട്ടലിന്റെ മുന്നിൽ വണ്ടി നിർത്തി. എവിടെയെത്തിയാലും ഞാൻ ആദ്യം നോക്കുക അവിടെ കയറാൻ പടികളുണ്ടോ എന്നായിരിക്കും. വിൻഡ്സർ ഹോട്ടലിലെത്താനും കുറച്ച് പടികളുണ്ട്. ഒരുഭാഗത്തായി റാമ്പ് ഉള്ളത് ശ്രദ്ധയിൽപ്പെട്ടു. അച്ഛനുമമ്മയും എന്റെ ഓരോ കൈപിടിച്ച് ചരിവുതലത്തിലൂടെ ഉള്ളിലേക്ക് കയറ്റി. എത്രകാലം അവർക്കിങ്ങനെ കൈപിടിച്ച് എന്നെ നടത്താൻ കഴിയും!

മധു റിസപ്ഷനിൽ ബന്ധപ്പെട്ട് മുറി ശരിയാക്കുമ്പോഴേക്കും വീൽച്ചെയറുമായി ഹോട്ടൽ ജീവനക്കാരനെത്തി. അയാൾ വീൽച്ചെയറുന്തി ലിഫ്റ്റിനുള്ളിൽ കയറ്റി. ഏഴാമത്തെ നിലയിലാണ് ഞങ്ങളുടെ മുറി. അച്ഛനും മകനും ഒരു മുറിയിലും അമ്മയും മകളും അടുത്തുതന്നെയുള്ള മറ്റൊരു മുറിയിലും ചേക്കേറി. കക്കൂസും കുളിമുറിയുമൊക്കെ ഗംഭീരം. പക്ഷേ, ബക്കറ്റും കപ്പുമില്ല. കക്കൂസ് ഡ്രൈ ഏരിയയാണ്. വെള്ളമൊഴിച്ചാൽ ഒഴുകിപ്പോവാൻ വഴിയുമില്ല. സായിപ്പന്മാർക്ക് കഴുകി വൃത്തിയാക്കാൻ വെള്ളമാവശ്യമില്ലെന്നു കേട്ടിട്ടുണ്ട്. അതോർക്കുമ്പോൾ അറപ്പ് തോന്നാറുമുണ്ട്. നമുക്കത് അസാധ്യമെന്നാണ് ഇതുവരെ വിചാരിച്ചത്. ഏതായാലും ടിഷ്യു പേപ്പർ പ്രയോഗംകൊണ്ട് തൃപ്തിപ്പെടാൻ കഴിഞ്ഞില്ല. അമ്മ വാഷ്ബേസിൽനിന്ന് ഗ്ലാസിൽ വെള്ളമെടുത്ത് ഒഴിച്ചുതന്നു.

പ്രാഥമികകൃത്യങ്ങളും കുളിയും കഴിഞ്ഞ് ഭക്ഷണം കഴിക്കാനിറങ്ങി. ഗ്രൗണ്ട് ഫ്ലോറിലാണ് ഭക്ഷണഹാൾ. എന്നെ താഴേക്കിറക്കാൻ വീൽച്ചെയറിനാവശ്യപ്പെടാനൊരുങ്ങിയപ്പോൾ 'ലിഫ്റ്റുണ്ടല്ലോ നടന്നു പോകാ'മെന്നായി ഞാൻ. നടക്കാനുള്ളൊരു പൂതി കൊണ്ടൊന്നുമല്ല അങ്ങനെ പറഞ്ഞത്. വീൽച്ചെയർ സഞ്ചാരവുമായി ഇതുവരെ എനിക്ക് മാനസികമായി പൊരുത്തപ്പെടാൻ കഴിഞ്ഞിട്ടില്ല. എത്ര വേദന സഹിച്ചിട്ടായാലും കഴിയുന്നത്ര കാലം നടക്കണം എന്നാണ് മോഹം.

ഭക്ഷണഹാളിലേക്ക് പോകുന്നതിനു മുമ്പ് മധു വിവരിച്ചുതന്നിരുന്നു. ഹോട്ടലിൽ കോണ്ടിനെന്റൽ ഫുഡാണ്. മിക്ക രാജ്യങ്ങളിലെ വിഭവങ്ങളും ഉണ്ടാകും. അത് ഒരു മണിക്കൂറെങ്കിലും സമയമെടുത്ത് കഴിക്കേണ്ടതാണ്. നേരാണ്. വിഭവങ്ങൾ അങ്ങനെ നിരത്തി വെച്ചിരിക്കുകയാണ്. വേവിച്ചതും വേവിക്കാത്തതുമായ വിഭവങ്ങൾ. നോണും വെജ്ജുമുണ്ട്. ചപ്പാത്തിയും നെയ്ച്ചോറും ചായയും കാപ്പിയും അവിടെയിരുന്ന് ഞങ്ങളെ വേണ്ടേയെന്ന് വിളിച്ചു ചോദിച്ചു. പരിചയമില്ലാത്ത ഒരുപാടു വിഭവങ്ങൾ അവിടെ കണ്ടു. പച്ചക്കറികളും പഴങ്ങളും ജ്യൂസുകളുമടങ്ങിയ വലിയൊരു ഭക്ഷ്യമേള തന്നെ.

ആവശ്യമുള്ളത് നമുക്ക് എടുത്തു കഴിക്കാം. അമ്മയും മധുവും മത്സരിച്ച് കൊണ്ടുവന്ന് ഞങ്ങളുടെ മേശ നിറച്ചു. മുൻപരിചയമുള്ളതുകൊണ്ട് ഓരോന്നും നല്ലതാണെന്നു പറഞ്ഞ് മധു ഞങ്ങൾക്ക് വിളമ്പിത്തന്നു. കാബേജിന്റെ ഇതളിനോട് സാമ്യമുള്ള പച്ചിലകൾ എടുത്തിട്ട് അമ്മ പറഞ്ഞു "ഇതെല്ലാവരും എടുക്കുന്നുണ്ട്. നല്ലതാണെന്നു തോന്നുന്നു."

നേരാണല്ലോ. കടിച്ചുതിന്നാൻ നല്ല രുചിയുണ്ട്. എന്നെ അതിശയിപ്പിച്ച ഒരു കാര്യം അവിടെ ഭക്ഷണത്തിൽ പഴങ്ങൾക്കും വേവിക്കാത്ത പച്ചക്കറികൾക്കുമുള്ള സ്ഥാനമാണ്. അമ്മ ഇടയ്ക്കിടെ പോയി ഓരോന്ന് എടുത്തുകൊണ്ടുവന്നു. അവിടെ നിൽക്കുന്ന സായിപ്പിനോടും മദാമ്മയോടുമൊക്കെ മലയാളത്തിൽ തന്നെ സംസാരിച്ച് അമ്മ കാര്യംനേടുന്നത് ഞങ്ങൾ അന്തംവിട്ടു നോക്കിനിന്നു. ലോകത്ത് എവിടെപ്പോയാലും അമ്മയ്ക്ക് ഭാഷ ഒരു പ്രശ്നമാകില്ലെന്നു ഞങ്ങൾക്കു മനസ്സിലായി. ദൈവം അമ്മമാർക്കു നൽകിയ വരമിതാണ്. മക്കൾക്കുവേണ്ടി സർവപരിമിതികളും മറികടക്കാനുള്ള കഴിവ്.

ഭക്ഷണത്തെക്കാൾ എന്നെ ഏറെ ആകർഷിച്ചത് ഭക്ഷണം കഴിക്കാനെത്തിയ ആളുകളായിരുന്നു. പല രാജ്യക്കാരായ സ്ത്രീകളും പുരുഷന്മാരും കുട്ടികളും. അധ്യാപകപരിശീലനകാലത്ത് കണ്ണൂർ പയ്യാമ്പലത്ത് താമസിക്കുമ്പോൾ വിദേശികളായ ടൂറിസ്റ്റുകളെ ധാരാളം കണ്ടിട്ടുണ്ടെങ്കിലും ഇത്രയേറെ വിദേശികളെ ഒന്നിച്ചുകാണുന്നത് ആദ്യമായിട്ടാണ്. അതുകൊണ്ട് ഒരു കൊച്ചുകുട്ടിയുടെ കൗതുകത്തോടെ ഞാനവരെ നോക്കിയിരുന്നു.

ഭക്ഷണം കഴിച്ച് തിരിച്ച് മുറിയിലെത്തി അൽപ്പസമയം വിശ്രമിച്ചതിനുശേഷം ഞങ്ങൾ പുറത്തേക്കിറങ്ങി. മാത്യൂസ് വണ്ടിയുമായി കൃത്യസമയത്തുതന്നെ ഹാജരായിരുന്നു. സമയത്തിന്റെ കാര്യത്തിൽ മാത്യൂസ് കണിശക്കാരനാണ്. അതിൽ ഒരു വിട്ടുവീഴ്ചയ്ക്കും അയാൾ തയ്യാറല്ല. അതുകൊണ്ട് കൃത്യസമയത്തുതന്നെ ഒരുങ്ങിയിറങ്ങാൻ മധു നേരത്തേ പറഞ്ഞിരുന്നു. അവനവന്റെ ജോലിയിലുള്ള കൃത്യനിഷ്ഠയും ആത്മാർത്ഥതയും സിങ്കപ്പൂരിന്റെ മുഖമുദ്രയാണ്. സിങ്കപ്പൂരിന് ഇത്രയേറെ പുരോഗതിയുണ്ടാവാൻ ഒരു കാരണം പൗരന്മാരുടെ കൃത്യനിഷ്ഠയും കഠിനാധ്വാനവും തന്നെയാണ്.

ഞങ്ങൾ ഒരിന്ത്യൻ ഹോട്ടലിൽനിന്ന് ഉച്ചഭക്ഷണം കഴിച്ചു. ചപ്പാത്തിയും ചോറുമൊക്കെയായി തരക്കേടില്ലാത്ത ഭക്ഷണം. ഞങ്ങൾ വയറുനിറയെ ഭക്ഷണം കഴിക്കുമ്പോൾ അച്ഛൻ ചെറിയ തോതിൽ നിസ്സഹകരണം തുടങ്ങിയിരുന്നു. തണുത്ത പച്ചക്കറികളും പഴങ്ങളും മാത്രമേ കക്ഷി ഭക്ഷിച്ചുള്ളൂ. വല്ലാതെ തണുത്ത പഴങ്ങളും പച്ചക്കറികളും കൂൾസ്റ്റോറിൽനിന്നും അപ്പോൾ കൊണ്ടുവന്നതാണെന്നു തോന്നി.

വെറും വയറ്റിൽ തണുത്തത് കഴിച്ചാൽ അസുഖമാവും എന്ന് അമ്മ പറഞ്ഞത് ആര് കേൾക്കാൻ! രണ്ടുംപേരുംകൂടി വഴക്കിനുള്ള പുറപ്പാടാണെന്നു മനസ്സിലായപ്പോൾ ആങ്ങള ഇടപെട്ടു. "അച്ഛനിഷ്ടമുള്ളത് കഴിച്ചോട്ടെ."

ഹോട്ടലിനു മുന്നിലെ മരച്ചുവട്ടിൽ, സിമന്റുബെഞ്ചിൽ അൽപ്പനേരമിരുന്നു. സിങ്കപ്പൂരിലെ സുന്ദരന്മാരേയും സുന്ദരിമാരേയും നിരീക്ഷിച്ചുകൊണ്ടങ്ങനെയിരിക്കാൻ നല്ല രസംതോന്നി. കുഞ്ഞുട്രൗസറും ഇറുകിപ്പിടിച്ച ഉടുപ്പുമിട്ട് നടക്കുന്ന പെൺകുട്ടികളെ കണ്ടപ്പോൾ അസ്വാഭാവികമായി ഒന്നും തോന്നിയില്ല. എന്റെ കാഴ്ച അതുമായി ഇണങ്ങിപ്പോകാൻ കുറെ കാരണങ്ങളുണ്ട്. ഒന്നാമത്തേത് തുറിച്ചു നോട്ടക്കാരുടെ അഭാവംതന്നെ. മറ്റൊന്ന് ആ പെൺകുട്ടികളുടെ തന്റേടത്തോടെയുള്ള ചലനങ്ങൾ. നമ്മുടെ നാട്ടിലെ പെൺകുട്ടികൾക്കെന്നാണ് ഇങ്ങനെ ആരെയും കൂസാതെ തലയുയർത്തിപ്പിടിച്ചു നടക്കാൻ കഴിയുക!

ഞാൻ എന്റെ വിദ്യാർത്ഥിനികളോട് എപ്പോഴും നേരെനോക്കി നടക്കാൻ ആവശ്യപ്പെടാറുണ്ട്. അത്യാവശ്യം ഓടാനും പറയാറുണ്ട്. ഒരാശ്വാസമുണ്ട്. പണ്ട് സംസാരിക്കുമ്പോൾ വായ് പൊത്തിയിരുന്ന കൈകൾ ഇപ്പോൾ താഴ്ത്തിയിടാൻ പെൺകുട്ടികൾ പഠിച്ചിരിക്കുന്നു. പെൺകുട്ടികൾ വായപൊത്തി സംസാരിക്കുമ്പോൾ 'പല്ല് തേക്കാറില്ലേ' എന്നു പരിഹസിക്കാറുണ്ടായിരുന്നു. അതുപോലെ 'നിങ്ങളുടെ

• മരച്ചുവട്ടിൽ

മുഖവും പല്ലുകളും മനോഹരമാണ്, മറ്റുള്ളവർ കണ്ടാൽ യാതൊരു കുഴപ്പവുമില്ല' എന്ന് അവർക്ക് ആത്മവിശ്വാസം പകരാനും ഞാൻ ശ്രമിക്കാറുണ്ട്.

മാത്യൂസ് വണ്ടിയുമായി വന്ന ഉടനെ ഞങ്ങൾ വീണ്ടും യാത്ര പുറപ്പെട്ടു. ലോകത്തിലെ ഏറ്റവും വലിയ ഒബ്സർവേഷൻ വീൽ, സിങ്കപ്പൂർ ഫ്ലൈയർ എന്ന ഭീമാകാരമായ ചക്രത്തിലെ ആകാശത്തൊട്ടിലിൽ കറങ്ങുകയാണ് ഉദ്ദേശ്യം. വഴിയോരക്കാഴ്ചകൾ വിവരിച്ചുകൊണ്ട് അത് സ്ഥിതിചെയ്യുന്ന എസ്പ്ലനേഡിലേക്ക് മാത്യൂസ് വണ്ടിയോടിച്ചു. പോകുന്ന വഴിയിൽ പാർലമെന്റ് മന്ദിരവും സ്വാതന്ത്ര്യസ്തൂപവുമൊക്കെ അയാൾ ഞങ്ങൾക്ക് കാണിച്ചുതന്നു.

അവശവിഭാഗത്തെ സിങ്കപ്പൂർ ഫ്ലൈയറിനടുത്തുള്ള വിശാലമായ അങ്കണത്തിലെ വലിയ കുടക്കീഴിലിരുത്തി ഗൈഡും മധുവും സിങ്കപ്പൂർ ഫ്ലൈയറിൽ കയറാൻ ടിക്കറ്റ് വാങ്ങാൻ പോയി. വിശാലമായ മുറ്റത്തേക്ക് വാഹനങ്ങളും ആളുകളും വന്നുകൊണ്ടിരിക്കുന്നു. അവരുടെ ഇടയിൽ ഒരു കുഞ്ഞുമൈനയും തത്തിനടക്കുന്നുണ്ട്. അകലെ ഏതാണ്ട് 165 മീ. ഉയരത്തിൽ സ്ഥിതിചെയ്യുന്ന ആകാശത്തൊട്ടിലിന്റെ പാർശ്വവീക്ഷണം ഇവിടെയിരുന്നാൽ കിട്ടുന്നുണ്ട്. 2008ൽ ആണ് ഇതിന്റെ നിർമ്മാണം പൂർത്തിയായത്.

എങ്ങനെയാണ് അവിടെയെത്തുക എന്നാലോചിച്ചുകൊണ്ടിരിക്കുമ്പോൾ നേരെ മുന്നിലുള്ള കെട്ടിടസമുച്ചയത്തിൽ എസ്കലേറ്ററിൽ ആളുകൾ പൊങ്ങിപ്പൊങ്ങിപ്പോവുന്നതു കണ്ടു. ഒരു വശത്തുകൂടി പൊങ്ങുമ്പോൾ മറ്റേവശത്തുകൂടി താഴ്ന്നുവരുന്നത് നോക്കിയിരുന്നപ്പോൾ നേരം പോയതറിഞ്ഞില്ല. അതിനിടെ മധു വന്ന് അച്ഛനെ കൂട്ടിപ്പോയി.

എസ്കലേറ്ററിനരികിലെത്തിയപ്പോൾ ഇതിൽ കയറാനൊന്നും എന്നെ കിട്ടില്ല എന്ന മട്ടിൽ അച്ഛൻ ബലംപിടിച്ചുനിന്നു. പക്ഷേ, മകൻ വിട്ടില്ല. 'ഞാനില്ലേ കൂടെ' എന്ന് അവൻ നിർബ്ബന്ധിച്ച് അച്ഛന്റെ കൈപിടിച്ചു.

അച്ഛനും മകനും കൂടി നടത്തുന്ന കലാപരിപാടി കണ്ടുകൊണ്ടിരുന്നപ്പോൾ എന്റെ മനസ്സിലും ചെറിയൊരു പേടി മുളപൊട്ടി. അടുത്ത ഊഴം എന്റേതാണല്ലോ. പേടി വളരുന്നതിനുമുമ്പ് വീൽച്ചെയറുമായൊരു ചെറുപ്പക്കാരൻ എന്റെ ചാരത്തണഞ്ഞു. അവൻ എന്നെ അതിൽ കയറ്റി ഓടാൻ തുടങ്ങിയപ്പോൾ കിടാവിന്റെ പിന്നാലെയോടുന്ന തള്ളപ്പശുവിനെപ്പോലെ അമ്മ ഞങ്ങളുടെ പിന്നാലെയോടി. അവൻ എസ്കലേറ്ററിനടുത്തേക്കല്ല ഞങ്ങളെ കൊണ്ടുപോയത്.

കറങ്ങിത്തിരിഞ്ഞൊരു ലിഫ്റ്റിനരുളിലെത്തി. എന്നെപ്പോലുള്ള വയ്യാത്തവർക്ക് മുകളിലെത്താൻ ഇവിടെ ലിഫ്റ്റ് സൗകര്യമുണ്ട്.

ശാരീരികവൈഷമ്യമുള്ളവരുടെ നേരെ സിങ്കപ്പൂർ എവിടെയും വാതിലുകൾ കൊട്ടിയടക്കുന്നില്ല. വൈകല്യമുള്ളവരും ഭൂമിയിലെ പൗരന്മാരാണ്. അത് പലപ്പോഴും നമ്മുടെ സമൂഹവും ഭരണാധികാരികളും മറന്നുപോകുന്നു. കഴിഞ്ഞ പതിനെട്ടുകൊല്ലമായി ഞാൻ ജോലിചെയ്യുന്ന സ്ഥാപനത്തിലെ കെട്ടിടങ്ങളിലൊന്നിൽപ്പോലും റാമ്പില്ല. പന്ത്രണ്ട് പടികൾ കയറിയല്ലാതെ സ്കൂളിലെത്താൻ മറ്റൊരു നല്ല വഴിയുമില്ല. എന്നെപ്പോലെയുള്ള അവശരായ അധ്യാപകരും ധാരാളം ഭിന്നശേഷിക്കാരായ വിദ്യാർഥികളുമുള്ള സ്ഥാപനമാണത്. അഞ്ചുവർഷം ഒരു വിദ്യാർഥിയെ രക്ഷിതാവ് കൈയിലെടുത്ത് ക്ലാസിൽ കൊണ്ടിരുത്തുന്നതു കണ്ടിട്ടും മനസ്സലിയാത്തവരോട് എന്തു പറഞ്ഞിട്ടും കാര്യമില്ലെന്നറിഞ്ഞുകൊണ്ടുതന്നെ സ്കൂളിലെത്താൻ ഒരു നല്ല വഴിക്കുവേണ്ടി ഇക്കാലമത്രയും ഞാൻ സമരംചെയ്തുകൊണ്ടേയിരുന്നു. അധികാരികളോട് സമരം ചെയ്തു മടുക്കുമ്പോൾ സ്വയം വഴിയിലിറങ്ങി സ്റ്റൂളിലിരുന്ന് ക്ലാസിലെ കുട്ടികളെക്കൊണ്ട് കുണ്ടും കുഴിയും നികത്തി എന്റെ ഓട്ടോറിക്ഷയ്ക്ക് മുകളിലെത്താനുള്ള സൗകര്യമൊരുക്കേണ്ടി വരുന്ന എനിക്ക് ഭൂമിയിൽ ഇങ്ങനെയൊരു സ്ഥലമുണ്ടെങ്കിൽ അത് സ്വർഗം തന്നെയാണ്.

ലിഫ്റ്റിൽനിന്നും പുറത്തിങ്ങിയപ്പോൾ കണ്ണുകൾ സഹോദരനെ തേടി. ആൾക്കൂട്ടത്തിനിടയിലൂടെ അച്ഛന്റെ കൈയും പിടിച്ച് ഞങ്ങൾക്കരികിലേക്ക് അവൻ കുതിച്ചുവരുന്നുണ്ടായിരുന്നു. ഞങ്ങളെ നോക്കി ചിരിച്ചുകൊണ്ട് പ്രായമുള്ള കുറെ സ്ത്രീകൾ കടന്നുപോയി. എല്ലാവരും ട്രൗസറും ഷർട്ടും യൂനിഫോംപോലെ ധരിച്ചിരുന്നു. മാനസികവെല്ലുവിളി നേരിടുന്നവരെ സംരക്ഷിക്കുന്ന സ്ഥാപനത്തിലെ അന്തേവാസികളാണ് അവരെന്നറിഞ്ഞു. അവരുടെ നിഷ്കളങ്കമായ ചിരി ആധുനികകാലഘട്ടത്തിലെ ബുദ്ധിരാക്ഷസന്മാർക്ക് ഒട്ടും മനസ്സിലാകുന്നതല്ല. അധ്യാപകരോടൊപ്പം സിങ്കപ്പൂർ ഫ്ലൈയർ കാണാൻ എത്തിയതാണ് അവരും. കസവുമുണ്ടും വേഷ്ടിയും ധരിച്ച അമ്മയെ അവർക്ക് നന്നായി ബോധിച്ചുവെന്ന് തോന്നി. പലരും തിരിഞ്ഞു നോക്കി അമ്മയ്ക്ക് 'റ്റാ...റ്റാ' കൊടുത്തുകൊണ്ടിരുന്നു. അല്ലെങ്കിലും എന്റമ്മ സുന്ദരിയാണല്ലോ. 'മിഴിയുള്ളവരാരാകിലും ഒന്ന് നോക്കിപ്പോകുമല്ലോ.'

ഫ്ലൈയറിന്റെ കാപ്സ്യൂളുകളിലേതെങ്കിലും തറനിരപ്പിലെത്തുമ്പോൾ വളരെ അച്ചടക്കത്തോടെ ക്യൂ പാലിച്ചുകൊണ്ട് ആളുകൾ ഇറങ്ങുകയും കയറുകയുംചെയ്തുകൊണ്ടിരുന്നു. വീൽച്ചെയറിലേറി വന്നവൾക്ക്

• സിങ്കപ്പൂർ ഫ്ലൈയറിൽ

യാതൊരു വൈമനസ്യവുമില്ലാതെ അവർ വഴിയൊഴിഞ്ഞുതന്നു. ആരൊക്കയോ ചേർന്ന് വീൽച്ചെയറടക്കം എന്നെ ഉള്ളിൽ കയറ്റി.

ദൂരെനിന്ന് കൊച്ചുപെട്ടിപോലെ കാണപ്പെട്ട ആകാശത്തൊട്ടിൽ സാമാന്യം വലിയൊരു മുറി തന്നെയാണല്ലോ. നേരത്തെ കയറാൻ വിസമ്മതിച്ച അച്ഛൻ അത് തുറന്നുപറയുകയും ചെയ്തു. എയർ കണ്ടീഷൻ ചെയ്ത 7മീ. x 4മീ.വലുപ്പമുള്ള കാപ്സൂളിൽ 28 പേർക്ക് കയറാം. ഒരു സെക്കന്റിൽ മുക്കാൽ അടി മാത്രം നീങ്ങുന്നതുകൊണ്ട് ഫ്ലൈയറിന്റെ ക്യാപ്സൂൾ ചലിക്കുന്നതായി തോന്നുകയേയില്ല. ഉത്സവ പ്പറമ്പുകളിൽ കറങ്ങുന്ന ആകാശത്തൊട്ടിലിൽ കയറി അർമാദിക്കുന്ന ബാല്യങ്ങളെ കാണുമ്പോൾ അൽപ്പം മാറിനിന്ന് എനിക്കതിൽ കയറാനാവില്ലല്ലോ എന്ന് സങ്കടപ്പെട്ടിരുന്ന എന്നെ ഇപ്പോഴും ഞാൻ മറന്നിട്ടില്ല. ഇപ്പോൾ മറ്റൊരു രാജ്യത്തെ ഏറ്റവും ഉയരം കൂടിയ ആകാശത്തൊട്ടിലിലേറി ഞാനുമൽപ്പം അർമാദിക്കട്ടെ.

ആകാശത്തൊട്ടിലിലും എന്റെ ആങ്ങളയ്ക്കൊരു ചങ്ങാതിയെ കിട്ടി. ആഫ്രിക്കൻ രാജ്യമായ ഘാനയിൽനിന്നും മൈക്കിൾ ചൈനക്കാരിയായ ഭാര്യയ്ക്കും രണ്ടാൺമക്കൾക്കുമൊപ്പം സിങ്കപ്പൂരിൽ അവധിക്കാലം ചെലവഴിക്കാനെത്തിയതാണ്. ചൈനയിൽ എഞ്ചി നീയറായി ജോലി ചെയ്യുമ്പോഴാണ് ചൈനീസ് സുന്ദരി ആ കാക്കക്ക റുമ്പന്റെ മനംകവർന്നത്. ഇപ്പോൾ പത്തുവയസ്സിൽ താഴെ പ്രായമുള്ള

രണ്ട് ചുണക്കുട്ടന്മാരായ ആൺമക്കളുടെ മാതാപിതാക്കളായി ആ പ്രണയവല്ലരി പൂത്തുപരിമളം പരത്തുന്നു. മധുവും മൈക്കിളും ഫോട്ടോ എടുക്കാൻ പരസ്പരം സഹായിച്ചു.

ഫ്ലൈയറിൽ കറങ്ങിക്കറങ്ങി ഞങ്ങൾ സിങ്കപ്പൂർ മുഴുവൻ കണ്ടു. മേഘങ്ങളെ തൊട്ടുരുമ്മിക്കൊണ്ട് അംബരചുംബികളായ കെട്ടിടങ്ങൾ. സമുദ്രങ്ങൾ കാവൽ നിൽക്കുന്ന മനോഹരദ്വീപിൽ പല സ്ഥലത്തും കടലിനെ കരയിലേക്ക് കൊണ്ടുവരികയാണല്ലോ. അവിടവിടെ നീലവിരിപ്പിട്ട് ജലാശയങ്ങൾ. അവ മനുഷ്യനിർമിതമായ റിസർവോയറുകളും മറ്റുമാണ്. സമുദ്രത്താൽ ചുറ്റപ്പെട്ട കൊച്ചു ദ്വീപാണല്ലോ സിങ്കപ്പൂർ. അവിടെ വർഷത്തിൽ ധാരാളം മഴയും ലഭിക്കുന്നുണ്ട്.

സിങ്കപ്പൂർ റിവറിലെയും മറ്റുനദികളിലെയും ജലം ശേഖരിച്ച് കുടിക്കാനടക്കം ഉപയോഗിക്കുന്നു. സിങ്കപ്പൂർ നദിയുടെ കൈവഴിയിൽ മറീന ബാരേജ് എന്ന അണക്കെട്ട് പണിതതോടെ നദി മറീന റിസർവോയറിന്റെ ഭാഗമായി. വേലിയേറ്റസമയത്ത് നദിയിൽ വെള്ളം തടഞ്ഞുവെക്കുകയും വേലിയിറക്കത്തിന് തുറന്നുവിടുകയുംചെയ്യുന്നതുകൊണ്ട് ഇവിടെ വെള്ളപ്പൊക്കം ഉണ്ടാവാറില്ലത്രെ. അണക്കെട്ട് നിർമ്മിക്കുന്നതുവരെ മറീന റിസർവോയറിൽ ഉപ്പുജലമായിരുന്നു. പ്രകൃതിക്ക് അനുയോജ്യമായ രീതിയിൽ, കനത്ത മഴയ്ക്കുശേഷം നദിയിൽ അധികം വരുന്ന ജലം സമുദ്രത്തിലേക്കുതന്നെ വിട്ടുകൊണ്ട്, ശുദ്ധജലമാക്കാൻ കഴിയുന്നുണ്ട്. കൊളോംഗ്, ഗെലോംഗ്, റോച്ചർ നദികളുംകൂടി ഈ റിസർവോയറിലേക്ക് ഒഴുകിയെത്തി റിസർവോയറിന്റെ ഭാഗമാകുന്നു. കിം സെംഗ് ബ്രിഡ്ജിനടുത്തുവെച്ച് ഉത്ഭവിച്ച് മറീനബേയിലും തുടർന്ന് സിങ്കപ്പൂർ സ്ട്രെയിറ്റിലും പതിക്കുന്നതുവരെ സിങ്കപ്പൂർ നദിക്ക് ഏതാണ്ട് മൂന്നു കി.മീ.നീളമേയുണ്ടായിരുന്നുള്ളൂ. നദിയുടെ ഉത്ഭവസ്ഥാനത്തുനിന്നും വീണ്ടും രണ്ടു കി.മീ. നീളത്തിൽ അലക്സാണ്ട്രിയ കനാൽ എന്ന പേരിൽ കോമൺവെൽത്ത് അവന്യൂ ജംഗ്ഷൻവരെ നീട്ടിയപ്പോൾ നദിയുടെ നീളം അഞ്ചു കി.മീ. ആയി. ചെറിയ ദ്വീപ് ആയതിനാൽ സിങ്കപ്പൂരിലെ നദികൾ നീളം കുറഞ്ഞവയാണ്. പത്ത് കിലോമീറ്ററിലധികം നീളമുള്ള കൊളോംഗ് നദിയാണ് സിങ്കപ്പൂരിലെ ഏറ്റവും നീളം കൂടിയ നദി.

സമുദ്രത്താൽ ചുറ്റപ്പെട്ട ഈ കൊച്ചുദ്വീപിൽ ധാരാളം മഴ ലഭിക്കുന്നത് കൊണ്ട് ഉണ്ടാകുന്ന വെള്ളപ്പൊക്കം കനാലുകൾ വഴിയും ജലപാതകളിലൂടെയും ഒഴുക്കിവിട്ട് നിയന്ത്രണവിധേയമാക്കുന്നു വൻതോതിലുള്ള നഗരവത്കരണം ഉണ്ടാവുമ്പോൾ ജലമൊഴുകിപ്പോവാനുള്ള വീതിയേറിയ കനാലുകൾ നിർമിക്കും. മറീന ബാരേജ്

നിർമിക്കുന്നതിനു മുമ്പ് മഴയില്ലാത്ത സമയത്തും താഴ്ന്ന പ്രദേശങ്ങളിൽ വേലിയേറ്റം മൂലം വെള്ളപ്പൊക്കം ഉണ്ടാകുമായിരുന്നു. വേലിയേറ്റ സമയത്ത് കടൽവെള്ളം തടഞ്ഞുനിർത്തുന്ന അണക്കെട്ട് അത്തരം വെള്ളപ്പൊക്കം ഇല്ലാതാക്കി.

താഴെയുള്ള ഫ്ലൈ ഓവറിലൂടെ വാഹനങ്ങൾ കളിപ്പാട്ടങ്ങൾപോലെ ഒഴുകുന്നു. ചക്രക്കസേര എന്റെ കാഴ്ചയെ പരിമിതപ്പെടുത്തുന്നു എന്നുതോന്നിയപ്പോൾ എഴുന്നേറ്റു നിൽക്കണമെന്ന ആവശ്യം അമ്മയെ അറിയിച്ചു. ഉറപ്പില്ലാത്ത ഇരിപ്പിടത്തിൽനിന്നും തനിയെ എഴുന്നേൽക്കാനും എനിക്ക് വിഷമമാണ്. അമ്മ ചക്രക്കസേര ഉരുളാതെ പിടിച്ചുനിർത്തി എന്നെ എഴുന്നേൽക്കാൻ സഹായിച്ചു. കമ്പി പിടിച്ച്, ഗ്ലാസ് ഭിത്തിക്കരികെ മൊബൈലിൽ പുറത്തെ കാഴ്ച ഒപ്പിയെടുക്കാൻ ശ്രമിച്ചുകൊണ്ട് ഞാൻ നിന്നു. കുറെനേരം നിന്നപ്പോൾ കാലുകൾ ഇനി വയ്യെന്നു പറഞ്ഞു. അതിനെന്താ ഉറച്ച ബെഞ്ചുകൾ ഇഷ്ടംപോലെയുണ്ടല്ലോ ഇവിടെ. ഇരുന്നിട്ടാകാം ബാക്കിയുള്ള കാഴ്ചകൾ. അവ എന്റെ മുന്നിലേക്ക് പതുക്കെ തിരിഞ്ഞുവരുന്നത് അത്ഭുതത്തോടെ നോക്കിയിരുന്നു. സിംഹപുരി എന്ന തുരുത്ത് കടലിൽ പൊങ്ങിനിൽക്കുന്നു. ഒരു വികൃതിക്കുട്ടിയായി സിംഹപുരി വലിച്ചെറിഞ്ഞ കളിപ്പാട്ടങ്ങൾപോലെ സമുദ്രത്തിൽ ചിതറിക്കിടക്കുന്ന ബോട്ടുകളും കപ്പലുകളും. നേരത്തെ അംബരചുംബികളായി കാണപ്പെട്ടത് ഇപ്പോൾ കുട്ടിവെച്ചിരിക്കുന്ന കളിവീടുകളെന്നു തോന്നിപ്പിക്കുന്ന മായക്കാഴ്ചയിൽ ഞാൻ മതിമറന്നിരുന്നുപോയി. അത്രയ്ക്കുയരത്തിലാണ് ഞങ്ങളെത്തിയത് എന്നപ്പോഴറിഞ്ഞു. അതും ചലനമൊട്ടുമറിയിക്കാതെ. ഉയരങ്ങളിൽനിന്ന് താഴ്ന്ന് വരുമ്പോൾ ഉയർന്നുയർന്ന് മേഘങ്ങൾക്കൊപ്പം വളർന്ന കെട്ടിടങ്ങൾക്കിടയിൽ വളരുന്ന വൃക്ഷങ്ങൾ കുള്ളന്മാരായിപ്പോയതും കണ്ടു.

ഞങ്ങളുടെ തൊട്ടിൽ സാവകാശം അത്യുന്നതങ്ങളിൽനിന്ന് താഴോട്ടിറങ്ങാൻ തുടങ്ങി. അവസാനം മണ്ണിൽനിന്നും പൊങ്ങിയ അതേതറയിൽ തൊട്ടു. മണിക്കൂറുകൾ കടന്നുപോയതറിയാതെ ആകാശത്ത് പഞ്ഞിക്കെട്ടുകൾപോലെ പാറിനടന്ന മനസ്സ് മണ്ണിലിറങ്ങാൻ കൂട്ടാക്കിയില്ല. വീൽച്ചെയറിൽ ശരീരം പുറത്തേക്കുരുളുമ്പോഴും മനസ് ഉയരങ്ങളിൽ പാറിപ്പറക്കുകയായിരുന്നു.

പുറത്തിറങ്ങിയ ഞങ്ങളെ ഗൈഡും ആങ്ങളയുംചേർന്ന് മുന്നോട്ടു നയിച്ചു. എങ്ങോട്ടാണെന്ന് തിരക്കുന്നതിനു പകരം കുറെ നടക്കണോ എന്നാണ് ഞാൻ ചോദിച്ചത്.

"കുറച്ചേയുള്ളൂ, കുറച്ചു പടിയുമിറങ്ങണം." മധു നിസ്സാരമായി പറഞ്ഞു.

"അതൊക്കെ ഇറങ്ങിക്കോളാം." രാവിലെ കഴിച്ച വേദനസംഹാരിയുടെ ബലത്തിൽ ഞാൻ സമ്മതിച്ചു.

മെരിഡിയൻ ബേയിൽ സിങ്കപ്പൂർ നദിക്കരയിലിരുന്ന് ജലം തുപ്പിക്കൊണ്ടിരിക്കുന്ന മെർലയേൺ മാടിവിളിക്കുന്നുണ്ട്. മെർലയേൺ സിംഗപ്പൂരിന്റെ സിംബൽ ആണ്. സിങ്കപ്പൂരിന്റെ ഭാഗ്യചിഹ്നമായ മെർലയേൺ സിംഹത്തിന്റെ തലയും മത്സ്യത്തിന്റെ ഉടലും ചേർന്നൊരു സുന്ദരരൂപമാണ്. സമുദ്രം എന്ന അർത്ഥത്തിൽ മെർ. ലയേൺ എന്നാൽ സിംഹം. രണ്ടും ചേർന്നപ്പോൾ മെർലയേൺ എന്നായി. തെമാസെക് എന്നറിയപ്പെട്ടിരുന്ന കാലത്ത് മത്സ്യബന്ധനമായിരുന്നു സിങ്കപ്പൂർ നിവാസികളുടെ പ്രധാനതൊഴിൽ. അതാണത്രെ മത്സ്യത്തിന്റെ ഉടൽ സൂചിപ്പിക്കുന്നത്.

സിങ്കപ്പൂരിന്റെ പല ഭാഗങ്ങളിലായി അഞ്ച് ഔദ്യോഗിക മെർലയേൺ ശില്പങ്ങളുണ്ടുപോലും. 1964ൽ അലെക് ഫ്രെഡറിക്ക് ഫ്രാസർ ബ്രൂണർ (Alec Frederick Fraser-Brunner) ആണ് മെർലയേൺ രൂപകൽപ്പനചെയ്തത്. സിംഗപ്പൂരിന്റെ പുരാവൃത്തവുമായി ബന്ധപ്പെട്ട മെർലയേണിന്റെ ചുരുളഴിയുന്നതിങ്ങനെ.

'എ.ഡി. 1299ൽ സുമാത്രൻ രാജകുമാരനായ 'സാങ്ങ് നില ഉത്തമൻ' പുതിയ നഗരം പണിയാൻ പറ്റിയ സ്ഥലം അന്വേഷിച്ചു നടക്കുകയായിരുന്നു. അദ്ദേഹം കുറെ കപ്പലുകളുമായി സുമാത്രയുടെ സമീപത്തുള്ള ദ്വീപുകളിലൊക്കെ അന്വേഷണം തുടങ്ങി. റിയാവ്(Riau) ദ്വീപിലെത്തിയപ്പോൾ രാജകുമാരനേയും പരിവാരങ്ങളെയും അവിടുത്തെ രാജ്ഞി ഹാർദ്ദമായി സ്വീകരിച്ചു. അവിടുത്തെ സൽക്കാരം സ്വീകരിച്ച് കഴിയുമ്പോൾ ഒരുദിവസം രാജാവും സംഘവും അതിനടുത്തുള്ള ഒരു ദ്വീപിൽ നായാട്ടിനിറങ്ങി. അപ്പോൾ ഒരു മാൻ രാജാവിന്റെ കണ്ണിൽപ്പെട്ടു. മാനിനെ പിന്തുടർന്നെത്തിയത് ഒരു കുറ്റൻ പാറയുടെ താഴ്വാരത്തിലാണ്. സാഹസികനായ രാജാവ് പാറപ്പുറത്ത് കയറി നോക്കിയപ്പോൾ അങ്ങകലെ വെള്ളപ്പട്ടു പുതച്ചുപോലെ മനോഹ രമായ തീരത്തോടുകൂടിയ മറ്റൊരു ദ്വീപ് കണ്ണിൽപ്പെട്ടു. തെമാസെക് എന്ന ആ ദ്വീപിലേക്ക് പോകുവാൻ അദ്ദേഹം തീരുമാനിച്ചു. സുമാത്രൻ രാജാവിന്റെ ദ്വീപ് പ്രവേശനത്തെ ആദ്യം തടഞ്ഞത് സമുദ്രത്തിൽ കാവൽ നിൽക്കുന്ന വ്യാളിയായിരുന്നത്രെ. ദ്വീപിലേക്കുള്ള യാത്രയിൽ കൊടുങ്കാറ്റിൽപ്പെട്ട് അദ്ദേഹത്തിന്റെ കപ്പൽ മുങ്ങാൻ തുടങ്ങി. കപ്പലിലെ ഭാരംകൂടിയ സാധനങ്ങളെല്ലാം കടലിലെറിഞ്ഞിട്ടും കപ്പൽ മുങ്ങിക്കൊണ്ടിരുന്നു. അവസാനം തലയിൽ ധരിച്ചിരുന്ന കനകകിരീടം എറിഞ്ഞുകൊടുത്തപ്പോൾ കൊടുങ്കാറ്റ് ഒടുങ്ങുകയും രാജാവും കൂട്ടരും ഇന്നത്തെ സിങ്കപ്പൂർ

നദിയുടെ അഴിമുഖത്ത് സുരക്ഷിതമായി ഇറങ്ങുകയും ചെയ്തുവെന്ന് ഐതിഹ്യം.

ആ ദ്വീപിലെത്തി വേട്ടയാടാൻ തുടങ്ങിയ രാജാവ് ചുവന്ന ഉടലും വെളുത്ത മാറിടവും കറുത്ത തലയുമൊക്കെയുള്ള ഒരു വിചിത്രജീവിയെ കണ്ടു. രാജാവിനെ കണ്ട ഉടനെ അത് അതിശീഘ്രം വനത്തിനുള്ളിലേക്ക് ഓടിമറഞ്ഞു. അദ്ദേഹം അതൊരു സിംഹമാണെന്ന് ധരിച്ചു. അത് നല്ല ലക്ഷണമായി കാണുകയും ആ ദ്വീപിൽ തന്നെ പുതിയ നഗരം സ്ഥാപിക്കാൻ തീരുമാനിക്കുകയുംചെയ്തു. അങ്ങനെ എ.ഡി. 1324ൽ സാങ്ങ് നില ഉത്തമൻ അവിടെ പുതിയ നഗരം സ്ഥാപിച്ചു. സിംഹങ്ങളുടെ നാട് എന്ന അർത്ഥത്തിൽ ദ്വീപിന് 'സിംഗപുര' എന്നു പേരുമിട്ടു.' ഒരു രാജാവിന്റെ അന്തസ്സോടെ എതിരിട്ട ആളിന് തന്റെ സാമ്രാജ്യം ദാനമായി നൽകിയ സിംഹത്തെ എങ്ങനെയാണ് സിംഗപ്പൂരിന് മറക്കാനാവുക! സിംഹത്തിനോടുള്ള നന്ദി രാജ്യത്തിന്റെ സിംബലിലൂടെ പ്രകടിപ്പിക്കുകയാണ് സിങ്കപ്പൂർ.

സിംഗപ്പൂരിന്റെ മിഥോളജി പഠിക്കുമ്പോൾ നമ്മുടെ നാടിന്റെ പുരാവൃത്തങ്ങളുടെ സമൃദ്ധിയെക്കുറിച്ചോർത്തുപോയി. സിംഗപ്പൂർ അവർക്കാകെയുള്ള ഈ പുരാവൃത്തത്തിൽ അഭിമാനംകൊള്ളുകയും മറ്റുള്ളവരുടെ മുന്നിലത് തുറന്നുവെക്കുകയും ചെയ്യുമ്പോൾ സമൃദ്ധിയിലുള്ള അലംഭാവംകൊണ്ട് നമ്മുടെ പാരമ്പര്യവും സംസ്കാരവും ഉയർത്തിപ്പിടിക്കാൻ ഒന്നും ചെയ്യുന്നില്ലല്ലോ എന്ന് അല്പം പ്രയാസവും തോന്നാതിരുന്നില്ല. ഇങ്ങനെ തെമാസെക് സിംഹപുരി എന്നർത്ഥമുള്ള സിംഗപുരയും സിങ്കപ്പൂരും ഒക്കെയായെങ്കിലും അവിടെ ഒരിക്കലും സിംഹം ഉണ്ടായിരുന്നില്ല എന്നാണ് പിന്നീടുള്ള പഠനങ്ങൾ തെളിയിച്ചത്. രാജാവ് കണ്ടത് പുലിയെ ആയിരിക്കാം എന്നാണ് ഇപ്പോഴത്തെ നിഗമനം.

ചരിത്രരേഖകൾ പ്രകാരം രണ്ടു നൂറ്റാണ്ടു മുമ്പേ ഈ ദ്വീപ് തെമാസെക് എന്ന പേരിൽ സുമാത്രൻ ശ്രീവിജയ സാമ്രാജ്യത്തിലെ പ്രധാന തുറമുഖ നഗരമായിരുന്നു. എ.ഡി. 1400നടുത്ത് ശ്രീവിജയ സാമ്രാജ്യത്തിന്റെ പതനത്തോടെ തെമാസെക് തകർക്കപ്പെട്ട് പ്രാധാന്യം നഷ്ടപ്പെട്ടു. പിൽക്കാലത്ത് സിംഗപുര മലാക്ക സുൽത്താനത്തിന്റെയും തുടർന്ന് ജോഹർ സുൽത്താനത്തിന്റെയും വാണിജ്യകേന്ദ്രമെന്ന നിലയിൽ ഉയിർത്തെഴുന്നേറ്റു. പോർച്ചുഗീസ് ആക്രമണത്തോടെ വീണ്ടും സിങ്കപ്പൂരിന്റെ പ്രാധാന്യം നഷ്ടപ്പെട്ടു.

എ.ഡി. 1819ൽ സർ തോമസ് സ്റ്റാംഫോർഡ് റാഫ്ലസ്. (Sir Thomas Stamford Raffles) എത്തിയതോടെയാണ് സിങ്കപ്പൂരിൽ ബ്രിട്ടീഷ് ആധിപത്യത്തിന്റെ തുടക്കം കുറിച്ചത്. അദ്ദേഹം ജോഹർ

സുൽത്താനത്തിന്റെ കിരീടാവകാശമുന്നയിച്ചുകൊണ്ടിരുന്ന ഹുസൈൻ ഷായുമായി ഒരു കരാറിലേർപ്പെട്ടു. സിങ്കപ്പൂരിൽ ഒരു വാണിജ്യകേന്ദ്രം സ്ഥാപിക്കുന്നതിന് പകരമായി ബ്രിട്ടൻ അയാളുടെ അവകാശവാദത്തെ അനുകൂലിച്ചു. ഡച്ചുകാർ ആദ്യം എതിർത്തിരുന്നെങ്കിലും 1824ലെ ആംഗ്ലോ-ഡച്ച് ഉടമ്പടിയനുസരിച്ച് ഹോളണ്ട് മലാക്കയിലെ കോളനി ഉപേക്ഷിച്ചുകൊണ്ട് മലാക്കയുടെയും സിങ്കപ്പൂരിന്റെയും അവകാശം ഈസ്റ്റ് ഇന്ത്യ കമ്പനിക്ക് നൽകി. പകരം സുമാത്രയിലെ കോളനി ബ്രിട്ടൻ ഡച്ചുകാർക്ക് വിട്ടുകൊടുക്കുകയുംചെയ്തു.

സിങ്കപ്പൂർ നദിയുടെ അഴിമുഖം പഴയ തുറമുഖമായിരുന്നു. പഴയ കാലംതൊട്ടേ അതൊരു പ്രമുഖവാണിജ്യകേന്ദ്രമായതുകൊണ്ട് അതിനുചുറ്റും തുറമുഖനഗരവും വളർന്നുവന്നു. അക്കാലത്ത് സിംഗപ്പൂർ ഒരു ലോകവാണിജ്യകേന്ദ്രമെന്ന നിലയിൽ വളരെ പ്രശസ്തമായിരുന്നു. ലോകത്തിന്റെ നാനാഭാഗങ്ങളിൽനിന്നും കച്ചവടക്കാർ പട്ടും കുരുമുളകും തേയിലയും കാപ്പിയുമൊക്കെ ഇങ്ങോട്ട് കൊണ്ടുവന്നു. ലോകവാണിജ്യകേന്ദ്രമെന്ന നിലയിൽ പ്രശസ്തമായിരുന്നെങ്കിലും അവിടെ കടൽക്കൊള്ളക്കാർക്ക് ഒളിച്ചിരിക്കാൻ സൌകര്യമുണ്ടായിരുന്നു. അക്കാലത്ത് കടൽക്കൊള്ളക്കാരുടെ ഭീഷണി കച്ചവടക്കാരെ അലട്ടുന്ന പ്രശ്നമായിരുന്നു.

സിങ്കപ്പൂർ മലാക്കയുടെ പ്രവേശനകവാടവും ഇന്ത്യ, ചൈന, യൂറോപ്പ്, ആസ്ട്രേലിയ എന്നിവിടങ്ങളിൽനിന്നുള്ള വാണിജ്യപാതകൾ സന്ധിക്കുന്ന സ്ഥലവുമാണ്. അതുകൊണ്ട് സിങ്കപ്പൂരിന്റെ വാണിജ്യപ്രാധാന്യം ചെറുതല്ലെന്നു തോമസ് സ്റ്റാംഫോർഡ് റാഫിൾസ് മനസ്സിലാക്കി. അതുകൊണ്ടാണ് അദ്ദേഹം സിങ്കപ്പൂരിനെ ഫ്രീ പോർട്ടായി പ്രഖ്യാപിച്ചത്. അതേത്തുടർന്ന് ഡച്ച് നികുതികളിൽ പൊറുതിമുട്ടിയിരുന്ന വ്യാപാരികൾ സിങ്കപ്പൂരിലേക്ക് ഒഴുകിയെത്തി. പിന്നീട് സിങ്കപ്പൂരിന്റെ വളർച്ച ത്വരിതഗതിയിലുള്ളതായിരുന്നു. കയറ്റുമതി ഇറക്കുമതി ചുങ്കം പിരിക്കാത്ത ഫ്രീ ട്രേഡിംഗ് സമ്പ്രദായം സിങ്കപ്പൂരിനെ ഏഷ്യയിലെ മികച്ച അന്താരാഷ്ട്രവ്യാപാരകേന്ദ്രങ്ങളിലൊന്നായി മാറ്റി. മലയയിൽനിന്നും പാംഓയിലും റബ്ബറും വൻതോതിൽ സിങ്കപ്പൂർ വഴി കയറ്റിയയക്കാൻ തുടങ്ങിയതോടെ രാജ്യത്തിന്റെ സാമ്പത്തികനേട്ടം വർദ്ധിച്ചു. ഇങ്ങനെ രാജ്യത്തിന്റെ വികസനത്തിന് വഴിയൊരുക്കിയ പലതും ചെയ്തതുകൊണ്ട് സ്റ്റാംഫോർഡ് റാഫിൾസ് ആധുനിക സിങ്കപ്പൂരിന്റെ സ്ഥാപകൻ എന്നാണറിയപ്പെടുന്നത്.

1824മുതൽ 1867വരെ സിങ്കപ്പൂർ ബ്രിട്ടീഷിന്ത്യയുടെ ഭാഗമായിരുന്നു.

1867ൽ ബ്രിട്ടന്റെ സ്വതന്ത്രകോളനിയായി മാറി. 1824 മുതൽ 1963വരെ സിംഗപ്പൂർ ബ്രിട്ടീഷ് കോളനിയായിരുന്നു. 1942ൽ ജപ്പാൻ ബ്രിട്ടനെ കീഴടക്കി സിങ്കപ്പൂരിന്റെ അധികാരം കൈക്കലാക്കി മൂന്നുകൊല്ലക്കാലം ഭരിച്ചു. ആ കാലത്ത് കോളനിയുടെ മുൻഭരണാധികാരികൾ ചാങ്കി ജയിലിലിലടക്കപ്പെട്ടു. എങ്കിലും ജപ്പാന്റെ മറ്റ് ക്യാമ്പുകളുടെയത്ര കുപ്രസിദ്ധി ചാങ്കി ക്യാമ്പിനുണ്ടായിരുന്നില്ല. അവിടെ എൺപത്തേഴായിരം തടവുകാരുടെ ഇടയിൽ എണ്ണൂറ്റമ്പത് മരണങ്ങളെ സംഭവിച്ചുള്ളു എന്നാണ് കണക്കാക്കിയിട്ടുള്ളത്.

1945വരെ ജപ്പാന്റെ കീഴിലായിരുന്ന സിങ്കപ്പൂരിനെ രണ്ടാം ലോകമഹായുദ്ധം അവസാനിച്ചതോടെ ബ്രിട്ടൻ തിരിച്ചുപിടിച്ചു. 1959ൽ ബ്രിട്ടന്റെ നിയന്ത്രണത്തിലുള്ള സ്വയംഭരണപ്രദേശമായി. 1963 അഗസ്റ്റ് 31നു സിങ്കപ്പൂർ ബ്രിട്ടനിൽനിന്നും സ്വാതന്ത്ര്യം നേടുകയും മലയയുമായി ലയിച്ച് മലേഷ്യയുടെ ഭാഗമാവുകയുംചെയ്തു. ബ്രിട്ടനിൽനിന്നും സ്വാതന്ത്ര്യം നേടുമ്പോൾ സിങ്കപ്പൂർ ചെറിയ പ്രദേശമായതുകൊണ്ടും പ്രകൃതിവിഭവങ്ങളുടെ കുറവ് കൊണ്ടും സിങ്കപ്പൂരിനു സ്വതന്ത്രമായി നിലനിൽക്കാൻ കഴിയുമെന്ന വിശ്വാസം ബ്രിട്ടനും സിങ്കപ്പൂരിനും ഇല്ലായിരുന്നു. അതുകൊണ്ടാണ് സിങ്കപ്പൂരിനു മലേഷ്യയുടെ ഭാഗമാകേണ്ടി വന്നത്.

സിങ്കപ്പൂർ രണ്ടു വർഷക്കാലം മലേഷ്യയുടെ ഭാഗമായി നിലനിന്നെങ്കിലും പ്രശ്നങ്ങൾ പുകഞ്ഞുകൊണ്ടിരുന്നു. മലയ മലയാക്കാരുടേതെന്ന ഭൂമിപുത്ര(Bumiputera) അവകാശം വേണമെന്ന് മലയാക്കാരും ഗോത്രവർഗക്കാരും ശഠിച്ചു. അവർക്ക് പ്രത്യേക അവകാശങ്ങൾ സർക്കാർ അനുവദിക്കുകയുംചെയ്തു. ഇതിനു പുറമെ സാമ്പത്തികവും ഭാഷാപരവും മതപരവുമായ വ്യത്യാസങ്ങളും കുഴപ്പങ്ങൾക്ക് കാരണമായി. ചൈനീസ് സ്വാധീനമുള്ള നഗരപ്രദേശങ്ങൾ മലായ് മേൽക്കോയ്മയ്ക്ക് ഒരു ഭീഷണിയായി വളർന്നുവന്നതും കാര്യങ്ങൾ വഷളാക്കി. സിങ്കപ്പൂരിന്റെ സാമ്പത്തികവും സാമൂഹ്യപരവുമായ പുരോഗതി തടസ്സപ്പെട്ടു. സിങ്കപ്പൂർ ഭരിച്ചിരുന്ന പീപ്പിൾസ് ആക്ഷൻ പാർട്ടിയും മലേഷ്യയുടെ അലയൻസ് പാർട്ടിയും തമ്മിലുണ്ടായ തർക്കങ്ങളും അസ്വസ്ഥതകളും വർദ്ധിച്ചുകൊണ്ടിരുന്നു. 1964ൽ സിങ്കപ്പൂരിൽ വംശീയകലാപവും പൊട്ടിപ്പുറപ്പെട്ടു.

1965ൽ സിങ്കപ്പൂരിലെ വ്യത്യസ്തജനവിഭാഗങ്ങൾ ഒത്തൊരുമിച്ച് പോരാടി സ്വാതന്ത്ര്യം നേടിയെടുത്തു. അവരുടെ സ്വാതന്ത്ര്യസ്തൂപം ഈ ഐക്യത്തിന്റെ പ്രതീകമായി നിലകൊള്ളുന്നു. 1965 അഗസ്റ്റ് 9നു സിങ്കപ്പൂർ സ്വതന്ത്രറിപ്പബ്ലിക്കായി. ആഗസ്റ്റ് 9 ബ്രിട്ടനിൽ സ്വാതന്ത്ര്യദിനമായി ആചരിക്കുന്നു. യൂസുഫ് ബിൻ ഐസക്ക് (Yusof bin Ishak) സിങ്കപ്പൂരിന്റെ ആദ്യത്തെ പ്രസിഡണ്ടും ലീ ക്വാൻ യൂ(Lee Kuan Yew) ആദ്യത്തെ പ്രധാനമന്ത്രിയുമായി. ബ്രിട്ടന്റെ മാതൃക പിന്തുടർന്ന് വെസ്റ്റ്മിനിസ്റ്റർ പാർലമെന്ററി സിസ്റ്റം തന്നെയാണ് സിങ്കപ്പൂരിലും തുടരുന്നത്. പ്രസിഡണ്ട് സിങ്കപ്പൂരിൽ ഹെഡ് ഓഫ് സ്റ്റേറ്റ് ആണെങ്കിലും രാജ്യത്തിന്റെ ഭരണനിർവഹണത്തലവൻ പ്രധാനമന്ത്രിയാണ്.

മൂന്ന് ദശകത്തോളം പ്രധാനമന്ത്രി പദത്തിൽ തുടർന്ന ലീ ക്വാൻ യൂവിനെ ആധുനികസിങ്കപ്പൂരിന്റെ പിതാവായി കണക്കാക്കുന്നു.

സ്വാതന്ത്ര്യം ലഭിക്കുമ്പോൾ സിങ്കപ്പൂരിലുണ്ടായിരുന്നവർക്കെല്ലാം ഗവണ്മെന്റ് സിങ്കപ്പൂർ പൌരത്വം വാഗ്ദാനംചെയ്തു. തുടർന്ന് 1967ൽ അസോസിയേഷൻ ഓഫ് സൌത്ത് ഈസ്റ്റ് ഏഷ്യൻ നേഷൻസ് (Association of Southeast Asian Nations) സ്ഥാപിതമാകാനിടയായി. തെക്ക കിഴക്കൻ ഏഷ്യയിൽ സ്ഥിതിചെയ്യുന്ന ഇന്തോനേഷ്യ, മലേഷ്യ, ഫിലിപ്പൈൻസ്, സിങ്കപ്പൂർ, തായ്ലാന്റ്, ബ്രൂണൈ, മ്യാൻമർ, കമ്പോഡിയ, ലാവോസ്, വിയറ്റ്നാം എന്നീ പത്തുരാജ്യങ്ങൾ ഈ സംഘടനയിൽ ഉൾപ്പെടുന്നു. അംഗങ്ങളുടെ പൊതുവായ സാമ്പത്തികവും സാമൂഹികവും സാംസ്കാരികവുമായ പുരോഗതിക്കുവേണ്ടിയാണ് സംഘടന നിലകൊള്ളുന്നത്. അംഗരാജ്യങ്ങൾക്കിടയിലെ വൈവിദ്ധ്യങ്ങളും വൈരുദ്ധ്യങ്ങളും സമാധാനപരമായി ചർച്ചചെയ്യാനുള്ള വേദിയൊരുക്കുകയും അംഗരാജ്യങ്ങളുടെ സമാധാനവും നിലനില്പും കാത്തുസൂക്ഷിക്കുകയും സംഘടനയുടെ ഉദ്ദേശ്യങ്ങളാണ്.

സിങ്കപ്പൂർ പാർലമെന്റിനെക്കുറിച്ച് നമ്മൾ ഇന്ത്യക്കാർക്ക്, പ്രത്യേകിച്ച് മലയാളികൾക്ക്, അഭിമാനിക്കാൻ ഏറെ വകയുണ്ട്. സിങ്കപ്പൂരിന്റെ മൂന്നാമത്തെ പ്രസിഡന്റ് സി.വി.ദേവൻനായർ എന്നറിയപ്പെടുന്ന ചെങ്ങറ വീട്ടിൽ ദേവൻനായർ മലയാളിയാണ്. 2011 ആഗസ്റ്റ് വരെ പ്രസിഡണ്ടായിരുന്ന എസ്. ആർ. നാഥൻ എന്ന സെല്ലപ്പൻ രാമനാഥൻ ഇന്ത്യൻ വംശജനാണ്. നീണ്ട 12വർഷം അദ്ദേഹം സിങ്കപ്പൂരിന്റെ പ്രസിഡന്റ് സ്ഥാനം വഹിച്ചു. പതിനൊന്ന് ഇന്ത്യൻ വംശജർ എസ്. ആർ. നാഥന്റെ കാലത്ത് സിങ്കപ്പൂർ പാർലമെന്റിലുണ്ടായിരുന്നു. അതിൽ രണ്ടുപേർ മലയാളികളുമായിരുന്നു.

പ്രസിഡണ്ടും പ്രധാനമന്ത്രിയും ആരായാലും ഏത് പാർട്ടിയിൽപ്പെട്ട ആളായാലും അഴിമതിരഹിതവും കാര്യക്ഷമവുമായ ഭരണം കാഴ്ച്ചവെക്കാൻ സിങ്കപ്പൂരിനു കഴിയുന്നുണ്ട്. ഒരു ജനാധിപത്യ രാഷ്ട്രമായിട്ടുപോലും അഴിമതി നിറഞ്ഞ നമ്മുടെ ഭരണസംവിധാനത്തിന് സിങ്കപ്പൂരിനെ അനുകരിക്കാൻ കഴിഞ്ഞിരുന്നെങ്കിൽ

എന്നാഗ്രഹിച്ചപോവുകയാണ്.

ഇനിയെങ്ങോട്ട് എന്ന സംശയം കണ്ണിൽ കോരിനിറച്ചുകൊണ്ട് അച്ഛൻ പെട്ടെന്ന് നിന്നു. ഒരുപാട് നടക്കണോ എന്ന സംശയത്തിൽ ഞാനും.

'കുറച്ചേയുള്ളൂ' എന്ന് പറഞ്ഞ് മധു ഞങ്ങളെ പ്രോത്സാഹിപ്പിച്ചു കൊണ്ടിരുന്നു. മുന്നോട്ട് നീങ്ങുമ്പോൾ ഒരു കഫെ കണ്ണിൽപ്പെട്ടു. സ്റ്റാർ ബക്സ് കഫെ (Star bucks). അതിനെ ഒരു മോഡേൺ പെട്ടിക്കട എന്നു വിളിക്കാൻ തോന്നി. അവിടെ കോഫിയും ചായയും കിട്ടും. ഒരു ചായ കുടിക്കാം എന്ന് മധു പറഞ്ഞപ്പോൾ അവിടെയുള്ള ഇരിപ്പിടങ്ങളിലാണ് എന്റെ കണ്ണുടക്കിയത്.

ഹാവൂ.. മുറിഞ്ഞുപൊട്ടുന്ന കാലുകൾക്ക് ഇരിക്കുമ്പോൾ എന്തൊരാശ്വാസം!

ബെഞ്ചിലിരുന്നിട്ട് സമാധാനത്തോടെ ചുറ്റുപാടും കണ്ണയച്ചു. വീണുപോകുമോയെന്നു പേടിച്ച് താഴോട്ടുനോക്കി നടക്കുമ്പോൾ എന്റെ കാഴ്ച എപ്പോഴും അപൂർണമാണ്. അതുകൊണ്ടാണ് എല്ലാവരും കാണുന്ന പലതും എന്റെ കണ്ണിൽപ്പെടാതെ പോവുന്നത്. നാട്ടിൽ വന്നപ്പോൾ ആങ്ങളയുടെ ഭാര്യ മഞ്ജു ചോദിച്ചിരുന്നു.

"ഏച്ചി കണ്ടിരുന്നോ?"

സിങ്കപ്പൂരിന്റെ പ്രണയസല്ലാപങ്ങളാണ് അവളുദ്ദേശിച്ചത്. ഞാനൊന്നും കണ്ടില്ലെന്നു പറഞ്ഞിട്ട് അവൾ വിശ്വസിച്ചില്ല. 'മധുവേട്ടൻ കണ്ടുവല്ലോ' എന്നാണ് പിന്നെയും അവളുടെ സംശയം. വീഴാതിരിക്കാൻ എപ്പോഴും നിലത്തുമാത്രം നോക്കിനടക്കുന്ന ഞാൻ എങ്ങനെയാണ് കമിതാക്കളുടെ പ്രണയസല്ലാപങ്ങൾ കാണുന്നത്! അതുകൊണ്ടാണല്ലോ ഞാൻ കാണാക്കാഴ്ചകളിൽ സന്തോഷം കണ്ടെത്താൻ ശ്രമിക്കുന്നത്.

കഫെയിൽ ഒരു വനിതയാണ് ഇരിക്കുന്നത്. ഞങ്ങളെ ഒരു ടേബിളിനടുത്തിരുത്തിയിട്ട് മധു അവരുടെ അടുത്തുപോയി ചായ ഉണ്ടാക്കാനുള്ള സാമഗ്രികൾ വാങ്ങി. തിളപ്പിച്ച വെള്ളവും ചായപ്പൊടിയുടെ പാക്കറ്റും. അവിടെ ചായ മധുരവും പാലും ചേർക്കാതെയാണ് ഉപയോഗിക്കുന്നത്. നല്ലവണ്ണം പശുവിൻപാലും പഞ്ചസാരയും ചേർത്ത കൊഴുത്തചായ കുടിക്കുന്ന ഞങ്ങൾക്ക് മധുരമില്ലാത്ത കട്ടൻചായ കുടിക്കാനാവില്ല. അതുകൊണ്ട് പഞ്ചസാര പാക്കറ്റുകൾ പ്രത്യേകം ചോദിച്ചുവാങ്ങി . മേശപ്പുറത്ത് ഒരുക്കിവെച്ചിരുന്ന ഗ്ലാസുകളെടുത്ത് അമ്മ ചായ കൂട്ടാൻ തുടങ്ങി. അപ്പുറത്തൊരു കുഞ്ഞുമേശയ്ക്കിരുവശത്തുമായി മുതിർന്ന ഒരാൺകുട്ടിയും പെൺകുട്ടിയുമിരുന്ന്

കൂൾഡ്രിങ്ക്സ് കഴിക്കുന്നുണ്ട്. അതിനപ്പുറം രണ്ടുമൂന്ന മേശകളേയുള്ളൂ. അവിടെയൊക്കെ ചെറുപ്പക്കാർ ഇരിക്കുന്നുണ്ട്.

ചായ കുടിച്ചതിനുശേഷം അച്ഛൻ എഴുന്നേൽക്കാൻ കൂട്ടാക്കിയില്ല. ഇവിടൊക്കെയെന്തു കാണാൻ എന്ന മട്ടിൽ അച്ഛനവിടെത്തന്നെയിരുന്നുകളഞ്ഞു. കാടും മലയും പുഴയുമൊക്കെ ഏറെ താണ്ടിയ അച്ഛന്റെ പഴങ്കണ്ണുകൾ ഈ കൃത്രിമക്കാഴ്ചകളിൽ അഭിരമിക്കാത്തതായിരിക്കാം മടുപ്പിന്റെ കാരണം. അവിടെ ഒരു പ്രശ്നം ഉടലെടുക്കുകയായിരുന്നു. എന്റെ കാൽനടയിൽ അടുത്തകാലത്തുണ്ടായ പുരോഗതി ഇടംവലം രണ്ടുപേർ താങ്ങണമെന്നതാണല്ലോ. മെർലിന്റെ സവിധത്തിലെത്തണമെങ്കിൽ ഷോപ്പിൽനിന്ന് കുറച്ചുകൂടി നടക്കണം. മാത്യൂസ് ഞങ്ങളെ അവിടെയെത്തിച്ച് മറ്റെവിടെയ്ക്കോ പോയിരുന്നു. അയാൾ ഒരു മുഴുവൻ സമയ ഗൈഡായി കൂടെയുണ്ടാവാറില്ല. ആദ്യദിവസം തന്നെ അതയാൾ വ്യക്തമാക്കിയിരുന്നുവല്ലോ. എന്നെ സഹായിക്കുന്നതൊന്നും അയാളുടെ ജോലിയല്ല . ഞങ്ങളുടെ ടൂർ മാനേജർ ഇന്ദിര മേഡം അതൊന്നും ആവശ്യപ്പെട്ടില്ലെന്നുമൊക്കെ പറഞ്ഞെങ്കിലും പിന്നീടയാൾ ഞങ്ങളുടെ വഴിക്കുവന്നു. എന്തിനുമേതിനും എനിക്ക് മാത്യൂസിന്റെ സഹായം തേടാമെന്നായി. ഇപ്പോൾ ഞങ്ങളെ മെർലിന്റെ അടുത്തെത്തിക്കാൻ മധു ഒറ്റയ്ക്കേയുള്ളൂ. അച്ഛനെ അവിടെ തനിച്ചിരുത്തുന്നത് അപകടമാണ്. മടുപ്പ് തോന്നി ഇറങ്ങിപ്പോയാൽ കണ്ടെത്താൻ പ്രയാസമായിരിക്കും. അമ്മയെ അച്ഛനു കാവലിരുത്തി മധു എന്നെയും താങ്ങി നടന്നു.

സിങ്കപ്പൂർ നദിക്കരയിൽ, മെരിഡിയൻ ബേയിൽ പ്രത്യേകം തയ്യാറാക്കിയ ഇരിപ്പിടത്തിൽ പ്രൗഢഗംഭീരനായിരിക്കുന്ന മെർലിൻ ഞങ്ങളെ കണ്ടപ്പോൾ വെള്ളം ചീറ്റിത്തുപ്പി.

നദിക്കരികിലെ കൈവരിയിൽ പിടിച്ചുനിന്നുകൊണ്ട് സിംഹം തുപ്പുന്ന ജലം വായിലേറ്റുവാങ്ങാൻ വാ പിളർത്തിനിന്നു. സിംഹം നദിയിലല്ലേ തുപ്പുന്നത്. കരയിൽ നിൽക്കുന്ന എന്റെ വായിലെങ്ങനെയെത്താൻ. ഓ..വെറുതെ. ആളെ പറ്റിക്കുന്ന പരിപാടിയാണെന്നേ. ഫോട്ടോ എടുക്കാനുള്ളൊരു സൂത്രപ്പണിയല്ലേ. തുപ്പലിനു സമാന്തരമായി കരയിൽ നിന്നാൽ മതി. മധു ക്യാമറയിൽ ഫോട്ടോ കാണിച്ചപ്പോൾ കൈയും വായും നനയാതെ ശരിക്കും വെള്ളം എന്റെ വായിൽ തന്നെ വീഴുന്നുണ്ടല്ലോ എന്നുത്ഭുതപ്പെട്ടു. കൈനിവർത്തി നിൽക്കാൻ പറഞ്ഞപ്പോൾ ഞാനിത്തിരി കഷ്ടപ്പെട്ടു. ഒന്നും പിടിക്കാതെ എനിക്ക് നിൽക്കാൻ പറ്റില്ല. കടിച്ചുപിടിച്ച് എങ്ങനെയൊക്കെയോ ഫോട്ടോയ്ക്ക് പോസ് ചെയ്തു. സിംഹരാജന്റെ തുപ്പൽ കൈവെള്ളയിൽ ഏറ്റുവാങ്ങാതെയെങ്ങനെ ഞാൻ പിന്തിരിയും! മാത്രമല്ല, കാണാൻ

• മെരിഡിയൻ ബേയിൽ മെർലിനരികെ

നല്ല രസമുണ്ട് താനും. എന്നാലും കുറച്ചു സമയംകൂടി എന്റെ ആ പോസ് തുടർന്നാൽ രസച്ചരട് പൊട്ടി ഞാനങ്ങ് താഴെവീഴും. ഇനി വയ്യ. അങ്ങകലെ ഞങ്ങളിറങ്ങിവന്ന സിംഗപ്പൂർ ഫ്ലൈയർ തലയുയർത്തി നോക്കിനിൽക്കുന്നു. എന്റെ വേദനയുടെ വിദൂരസാക്ഷിയായി. അതിനപ്പുറം മറീന ഫ്ലോട്ടിംഗ് സ്റ്റേഡിയവും പ്രശസ്തമായ എസ്പ്ലനേഡ് തിയേറ്ററും സ്ഥിതിചെയ്യുന്നു. സിങ്കപ്പൂരിന്റെ ദേശീയ പഴമായ ദുരിയൻ പഴത്തിന്റെ ആകൃതിയിൽ എസ്പ്ലനേഡ് തീയേറ്റർ ഉയർന്നു നിൽക്കുന്നത് കാണാം. മറീന റിസർവോയറിനു മുകളിലാണ് മറീന ഫ്ലോട്ടിംഗ് സ്റ്റേഡിയം നിർമ്മിച്ചിട്ടുള്ളത്. ഫുട്ബോൾ ഗ്രൗണ്ടിന്റെ പച്ചപ്പുൽത്തകിടി വെള്ളത്തിനു മുകളിൽ പൊങ്ങി നിൽക്കുന്ന മട്ടിലും ഗാലറി കരയിലുമായിട്ടാണ് സ്റ്റേഡിയം പണിതിട്ടുള്ളത്.

നദിയിൽനിന്നും ഉയർത്തിയ പടികളിൽ സന്ദർശകർ ഇറങ്ങി നിൽക്കുന്നുണ്ട്. ടൂറിസ്റ്റുകൾ നദിയിലൂടെ ബോട്ട് സഞ്ചാരം നടത്തുന്നതു കണ്ടു. എന്റെ ശരിക്കുള്ള പരീക്ഷണം വരാനിരിക്കുന്നേയുള്ളു. മധു അമ്മയെ കൊണ്ടുവരാൻ വേഗത്തിൽ നടന്നപ്പോൾ ഞാൻ പിന്നിലായിപ്പോയി. ഞാനൊന്ന് തനിച്ചുനടക്കട്ടെ എന്ന ഗൂഢോദ്ദേശ്യവും അവന്റെ വേഗത്തിനു പിന്നിലുണ്ടെന്നെനിക്കറിയാം. ഒറ്റയ്ക്ക് ചെയ്യിച്ച് എന്നെ കഴിവുറ്റവളാക്കാൻ അവൻ മുമ്പും ശ്രമിച്ചിട്ടുണ്ട്. വിട്ടുകൊടുക്കാൻ ഞാനും തയ്യാറല്ല. നദിയുടെ കൈവരിയിൽ പിടിച്ചുപിടിച്ച് പതുക്കെ നടന്ന് അക്ഷമനായിരിക്കുന്ന അച്ഛന്റെ

അടുത്തെത്തുകതന്നെ ചെയ്തു. അമ്മയും മകനും തിരിച്ചെത്തുന്നതു വരെ വരുന്നവരെയും പോകുന്നവരേയും നിരീക്ഷിച്ചുകൊണ്ട് ഞാനും അച്ഛനും കഫേയിലിരുന്നു. പരസ്പരം ഒന്നും സംസാരിക്കാതെ ഞങ്ങൾ അവരവരുടെ ചിന്തകളിൽ മുഴുകി.

കഫെയുടെ എതിർവശത്ത്, നദിക്കരയിൽ എസ്പ്ലനേഡ് പാലത്തിന്റെ തണൽ പതിക്കുന്ന അരഭിത്തിയിൽ സുന്ദരികളായ മൂന്ന് പെൺകുട്ടികൾ സല്ലപിച്ചുകൊണ്ടിരിക്കുന്നു. അസ്തമന സൂര്യന്റെ പൊൻകിരണങ്ങൾ ഇടയ്ക്കിടെ പതിക്കുമ്പോൾ അവരുടെ മുഖങ്ങൾ വെട്ടിത്തിളങ്ങി. അവരുടെ പ്രായം പതിനാറുവയസ്സിനുള്ളിലായിരിക്കുമെന്ന് വെറുതെ ഓർത്തു. സ്കൂൾ വിദ്യാർഥികളായിരിക്കാം. കൂടെ മുതിർന്നവരെയൊന്നും കണ്ടില്ല. പേടിക്കാനൊന്നുമില്ലെങ്കിൽ എന്തിനു മുതിർന്നവരെ കൂട്ടണം! സിംഗപ്പൂരിലൊരിടത്തും മര്യാദകെട്ടൊരു നോട്ടംപോലും ആരും ആരുടെ നേർക്കുമെറിയുന്നത് ഇതുവരെ കണ്ടിട്ടില്ല. പിന്നെയല്ലേ പീഡനം. ഇംഗ്ലീഷ് കോമൺ ലോ പിന്തുടരുന്ന സിങ്കപ്പൂരിൽ അത്ര ശക്തമായ നിയമവാഴ്ചയുണ്ടെന്നർത്ഥം. മതമോ, വർഗമോ, നിറമോ, രാഷ്ട്രീയമോ പരിഗണിക്കാതെ സിങ്കപ്പൂർ പൌരന്മാർ നിയമത്തിന്റെ മുന്നിൽ തുല്യരാണ്. സർവവിധപീഡനങ്ങളുടെയും കുത്തകാവകാശമുള്ള നമ്മുടെ നാട്ടിലെ അവസ്ഥ ഓർത്തുപോയതുകൊണ്ട് പൊതുസ്ഥലങ്ങളിൽ സ്വാതന്ത്ര്യം ആഘോഷിക്കുന്ന ഇവിടുത്തെ പെൺകുട്ടികളെ കണ്ടപ്പോൾ ശരിക്കും സന്തോഷം തോന്നി. നമ്മുടെ പെൺകുട്ടികൾക്ക് പൊതുവിടങ്ങളിൽ ഇങ്ങനെ സ്വതന്ത്രമായി വിഹരിക്കാൻ എത്രകാലം കാത്തിരുന്നാലാണ് സാധിക്കുക! എന്നെങ്കിലും ഉണ്ടാകുമെന്ന പ്രതീക്ഷയുടെ നേരിയ തിരി നാളം കെടാതെയുള്ളിൽ കൊണ്ടുനടക്കുന്നുണ്ട് ഞാൻ. എല്ലാ സ്ഥലങ്ങളും പെണ്ണിടങ്ങളും കൂടിയാവുന്ന സുദിനം വന്നെത്തുകതന്നെ ചെയ്യും.

അമ്മയും മധുവും തിരിച്ചെത്തിയപ്പോഴേക്കും മാത്യൂസും ഞങ്ങളെ തേടിയെത്തി. നേരമിരുട്ടാൻ തുടങ്ങുകയാണ്. വാഹനം സ്ഥിതി ചെയ്യുന്നിടത്തേക്ക് മെല്ലെ നടന്നു. മാത്യൂസ് സഹായിച്ചുകൊണ്ട് കൂടെയുണ്ട്. അയാൾ പടികൾ കയറാൻ കൈ പിടിച്ച് സഹായിച്ചപ്പോൾ 'ഞങ്ങളുടെ നാട്ടിൽ എന്നെപ്പോലെയുള്ള അവശർ ഒതുങ്ങിക്കഴിയുകയാണ് പതിവെന്ന്'' പറഞ്ഞു. 'നിങ്ങളെപ്പോലുള്ളവരെ സിങ്കപ്പൂർ ഒരിക്കലും അവഗണിക്കില്ല' എന്ന് അയാൾ ഗൌരവത്തോടെ മറുപടി നൽകി.

ആ മറുപടിയിലും അൽപ്പം പ്രൊഫഷണൽ ടച്ച് ഇല്ലേയെന്നു

സംശയിച്ചു. അൽപ്പം ഉയരമുള്ള വണ്ടിയിൽ കയറാനും എനിക്ക് അയാളുടെ ഒരു കൈസഹായം കൂടിയേ തീരൂ.

പാർപ്പിടത്തിലേക്കു തിരിക്കുമ്പോൾ റോഡരികിൽ രസകരമായൊരു കാഴ്ച കണ്ടു. തീവളയങ്ങൾ തീർത്തുകൊണ്ട് കുറെ സ്ത്രീകളും പുരുഷന്മാരും കുട്ടികളും. പ്രേതങ്ങളെ ഓടിക്കാൻ ചൈനക്കാർ കടലാസ് കത്തിക്കുന്നതാണെന്ന് മാത്യൂസ് പറഞ്ഞുതന്നു. അതു കേട്ടപ്പോൾ അന്ധവിശ്വാസത്തിന്റെ കാര്യത്തിലും ചൈനക്കാർ മുന്നിലാണെന്ന് മനസ്സിലായി.

ബുദ്ധമതത്തിനു പ്രചാരമുള്ള രാജ്യമാണ് സിങ്കപ്പൂർ. ഏതാണ്ട് 34% ജനങ്ങൾ ബുദ്ധമതാനുയായികളാണത്രേ. അടുത്തസ്ഥാനം ക്രിസ്തുമതത്തിനാണ്. മുസ്ലീംകളും ഹിന്ദുക്കളുമെല്ലാം ഇവിടെ സൌഹാർദ്ദത്തോടെ പുലരുന്നു. മറ്റുചില ന്യൂനപക്ഷ മതവിശ്വാസികളും സിങ്കപ്പൂരിലുണ്ട്. ബി.സി.ആറാം നൂറ്റാണ്ടിൽ ജീവിച്ചിരുന്ന ലവോട്സെയുടെ ഉദ്ബോധനങ്ങളിൽനിന്ന് രൂപം കൊണ്ട താവോ മതത്തിൽ വിശ്വസിക്കുന്നവരും സിങ്കപ്പൂരിലുണ്ട്. പതിനേഴു ശതമാനം ജനങ്ങൾ ഒരു മതത്തിലും വിശ്വസിക്കാത്തവരാണത്രേ. മതസൌഹാർദ്ദത്തിന് ഭീഷണിയാവുന്ന ഒരു പ്രവർത്തനവും സിങ്കപ്പൂരിൽ അനുവദിക്കില്ല. അതുകൊണ്ട് മിഷനറി പ്രവർത്തനങ്ങൾക്കും മതപ്രഭാഷണങ്ങൾക്കും സിങ്കപ്പൂരിൽ നിയന്ത്രണമുണ്ട്.

വിൻഡ്സർ ഹോട്ടലിന്റെ മുന്നിൽ വണ്ടി നിർത്തി മാത്യൂസ് വീൽച്ചെയറിനാവശ്യപ്പെട്ടു. ഹോട്ടൽ ബോയ് വീൽച്ചെയർ കൊണ്ടുവന്ന് എന്നെ വണ്ടിയിൽനിന്നിറക്കി ലിഫ്റ്റിൽ കയറ്റി മുറിയിലെത്തിച്ചു. ഇനി കുളിക്കണം. മധു രാത്രിയിലെ ഭക്ഷണം വാങ്ങാൻ പുറത്തേക്കു പോയി. ഭക്ഷണം കഴിച്ച് ഞങ്ങൾ കിടന്നു. എ.സി.യുടെ കഠിനതണുപ്പ് കുറച്ചുതരണമെന്ന് ആവശ്യപ്പെട്ടതനുസരിച്ച് ഹോട്ടൽ ജീവനക്കാരൻ വന്നുനോക്കിയെങ്കിലും ഒട്ടും കുറക്കാനായില്ല. ഞാനാണെങ്കിലോ തണുപ്പ് ഒട്ടും സഹിക്കാനാവാത്ത ആളും. എ.സി. ഓഫാക്കാൻ പറഞ്ഞെങ്കിലും ഹോട്ടലിലെ എ.സി.സംവിധാനമാകെ താറുമാറാകുമെന്നതുകൊണ്ട് അവർ സമ്മതിച്ചില്ല. സിങ്കപ്പൂരിലെ ഊഷ്മാവ് കേരളത്തിലേതിനോട് ഏതാണ്ട് സമാനമാണത്രെ. അവിടെ പ്രകടമായ ഋതുഭേദങ്ങൾ അനുഭവപ്പെടുന്നില്ല. ഉഷ്ണമേഖലാ വനപ്രദേശത്തെ കാലാവസ്ഥയാണിവിടെ അനുഭവപ്പെടുന്നത്. കഠിനമായ ചൂടില്ല. നവംബർ മുതൽ ജനുവരിവരെ മൺസൂൺ കാലമാണ്. ഏപ്രിൽ മേയ് മാസങ്ങളിലാണ് ഏറ്റവും കൂടുതൽ ചൂട് അനുഭവപ്പെടുന്നത്. ജൂലൈ മുതൽ ഒക്ടോബർവരെ സിങ്കപ്പൂരിൽ ഇടയ്ക്കിടെ മൂടൽമഞ്ഞ് ഉണ്ടാവാറുണ്ട്. ഇന്തോനേഷ്യയിൽ തീപ്പിടുത്തം ഉണ്ടാവുമ്പോൾ അവിടെനിന്നും

വ്യാപിക്കുന്നതാണിത്. മണ്ണിന്റെ വളക്കൂറുണ്ടാക്കാൻ നമ്മുടെ നാട്ടിൽ വൈക്കോലിന്റെ അവശിഷ്ടങ്ങളും പറമ്പിൽനിന്നും അടിച്ചുവാരുന്ന ചപ്പുചവറുകളും വയലിൽ കൊണ്ടിട്ട് കത്തിക്കുന്നതുപോലെ ഇന്തോനേഷ്യയിൽ വ്യാപകമായി എണ്ണപ്പനത്തോട്ടങ്ങളിൽ പനങ്കായുടെ തോട്ട കത്തിക്കുക എന്നൊരു പരിപാടിയുണ്ട്. ആ തീയിൽനിന്നും പൊങ്ങുന്ന പുകയും മൂടൽമഞ്ഞിനു കാരണമാകാറുണ്ട്.

വീട്ടിൽ ഒരു ഫാൻ പോലുമിടാതെ ഉറങ്ങുന്ന എനിക്ക് തൽക്കാലം എ.സി.യുടെ കൊടുംതണുപ്പ് സഹിക്കലേ മാർഗ്ഗമുണ്ടായിരുന്നുള്ളൂ. ബെഡിൽ വിരിച്ച കട്ടിപ്പുതപ്പിനുള്ളിൽ കയറിയിട്ടും എനിക്ക് തണുപ്പ് സഹിക്കാനായില്ല. അതിനെ അതിജീവിക്കാൻ അമ്മ എന്നെ കെട്ടിപ്പിടിച്ചുകിടന്നു. അമ്മയുടെ ഗർഭപാത്രത്തിനുള്ളിൽ അനുഭവിച്ച സുരക്ഷിതത്ത്വത്തിന്റെ ഊഷ്മളതയിൽ വേഗം ഉറങ്ങിപ്പോയി. പിറ്റേന്ന് പുലർച്ചയ്ക്ക് കട്ടൻ ചായയുമിട്ട് മധു വിളിക്കുമ്പോഴാണ് ഉണർന്നത്. അപ്പോഴാണറിഞ്ഞത് തലേന്നുരാത്രിയിൽ അനിയത്തിയുടെ മകൻ മനുവും ഭാര്യയും ഞങ്ങളെ കാണാൻ റൂമിലെത്തിയിരുന്നത്രെ. ഞങ്ങൾ ഗാഢനിദ്രയിലായിരുന്നതുകൊണ്ട് അവർ വിളിച്ചില്ലപോലും.

ബൈക്കിൽ കറങ്ങാനൊരുദിനം

2011 ആഗസ്റ്റ് 20 എന്റെ ജീവിതത്തിൽ സുവർണലിപികളിൽ കുറിച്ചിട്ട ദിനമാണ്. എന്താണ് ഈ ദിവസത്തിന്റെ പ്രത്യേകതയെന്നോ?

ജീവിതത്തിൽ ഞാനൊരു അത്ഭുതം കാണിച്ച ദിവസമാണന്ന്. രാവിലെ കുളിയൊക്കെ കഴിഞ്ഞ് ഞങ്ങൾ ഭോജനശാലയിലെത്തി. വിഭവങ്ങൾ കൊതിപ്പിച്ചുകൊണ്ട് നിരന്നിരിപ്പുണ്ട്. അമ്മ സ്മാർട്ടായി വിഭവങ്ങൾ എടുത്തുകൊണ്ടുവരാൻ തുടങ്ങി. നോണും വെജ്ജും തിരിച്ചറിയാൻ പറ്റാത്തവിധത്തിൽ രൂപം മാറിയപ്പോൾ അമ്മ ഇത്തിരി ബുദ്ധിമുട്ടിയോ? ഹേയ്, എന്റമ്മയോ? എവിടെ.. സായിപ്പിനെയും മദാമ്മയെയും കണ്ണും കൈയും കാണിച്ച് ഓരോന്നിന്റെയും പാചകവിധിപോലും അമ്മ സമ്പാദിച്ചുകളഞ്ഞു. അതുകൊണ്ടെന്താ, ആങ്ങളയ്ക്കു പണികുറഞ്ഞുകിട്ടി.

ഈ അച്ഛനെന്താ കാണിക്കുന്നത്? വെറുംവയറ്റിൽ തണുതണുത്ത പച്ചക്കറികളും പഴങ്ങളും തള്ളിവിടുകയാണല്ലോ. പഴങ്ങളും പച്ചക്കറികളും ശീതീകരിച്ച മുറിയിൽനിന്ന് അപ്പോൾ എടുത്തുകൊണ്ടുവന്നതുപോലെയുണ്ട്. പാകംചെയ്ത ആഹാരം കൈകൊണ്ട് തൊട്ടതേയില്ല.

"അസുഖമാകും. ഛർദ്ദിക്കും." എന്നൊക്കെ അമ്മ പറയാൻ തുടങ്ങി. "ബ്രഡെങ്കിലും കഴിക്കൂ." എന്ന് നിർബന്ധിച്ചുകൊണ്ടിരുന്നു. ഇങ്ങനെയൊരാൾ പറയുന്നുണ്ടെന്നുപോലും അച്ഛൻ ഭാവിച്ചില്ല. ആണുങ്ങളായാൽ പിടിവാശി ഒട്ടും ഉപേക്ഷിക്കാൻ പാടില്ലല്ലോ. ഒരു വഴക്കിലെത്തുമെന്ന് പേടിച്ച് മധു ഇടപെട്ടു. "അച്ഛനിഷ്ടമുള്ളത് കഴിച്ചോട്ടെ. അമ്മ നിർബന്ധിക്കേണ്ട."

ഭക്ഷണം കഴിക്കുന്നതിനിടെ അമ്മയുടെ കൈ തട്ടി ഗ്ലാസിലെ വെള്ളം മേശപ്പുറത്തു മറിഞ്ഞുപോയി. ഞങ്ങളത് ഗൗനിക്കാതെ ഭക്ഷണം കഴിക്കുന്നത് തുടർന്നപ്പോൾ കൗണ്ടറിലിരിക്കുന്ന സ്ത്രീ കുറച്ച് ടിഷ്യു പേപ്പറുമായി ഓടിയെത്തി. അവർ ഒന്നും മിണ്ടാതെ മേശ തുടച്ചു വൃത്തിയാക്കി. എനിക്കാകെ നാണക്കേടു തോന്നി. ഇത് സിങ്കപ്പൂരിന്റെ ഒരു മുഖമാണ്.

വൃത്തിയുടെ കാര്യത്തിൽ അവിടെ ഒരു വിട്ടുവീഴ്ചയുമില്ല.

കണിശക്കാരനായ മാത്യൂസിനെ പേടിച്ച് ഞങ്ങൾ നേരത്തെ തന്നെ തയ്യാറായി ഹോട്ടൽ ലോബിയിലെത്തി കാത്തിരുന്നു. അപ്പോഴൊരു വിയറ്റ്നാം സുന്ദരി ഞങ്ങളുടെ കൂടെനിന്ന് ഫോട്ടോയെടുക്കാൻ ആഗ്രഹം പ്രകടിപ്പിച്ചു. ഞങ്ങൾ നാലുപേരുടെകൂടെയും അവൾ മാറി മാറി ഫോട്ടോയ്ക്ക് പോസ് ചെയ്തു. അവളുടെ ഭർത്താവ് ഫോട്ടോയെടുത്ത് സഹകരിച്ചു. യാത്രയിലാദ്യമായി എന്റെ അച്ഛന്റെ മുഖം ഒന്നു തെളിഞ്ഞുകണ്ടത് അപ്പോഴാണ്.

കൊച്ചുകള്ളൻ! യുവസുന്ദരി കെട്ടിപ്പിടിച്ചപ്പോൾ സന്തോഷമായല്ലോ.

അതേസമയം മറ്റൊരു തമാശയും അവിടെ നടക്കുന്നുണ്ടായിരുന്നു. അതിലെ കഥാപാത്രങ്ങൾ തായ് വാനിൽനിന്നെത്തിയ യാത്രികരാണ്. കൂട്ടത്തിലൊരു വനിത മറ്റുള്ളവരുടെ കൈനോക്കി ഫലം പ്രവചിക്കുകയാണ്. അവരുടെ കൈനോട്ടത്തിന്റെ പ്രത്യേകത രണ്ടുകൈകളും ഒരേസമയം മലർത്തിവെച്ചു നോക്കുന്നു എന്നതാണ്. കൈനോട്ടക്കാരി ചെറുപ്പക്കാരുടെ രണ്ടു കൈകളും മലർത്തിവെച്ച്

• വിയറ്റ്നാം സുന്ദരിക്കൊപ്പം

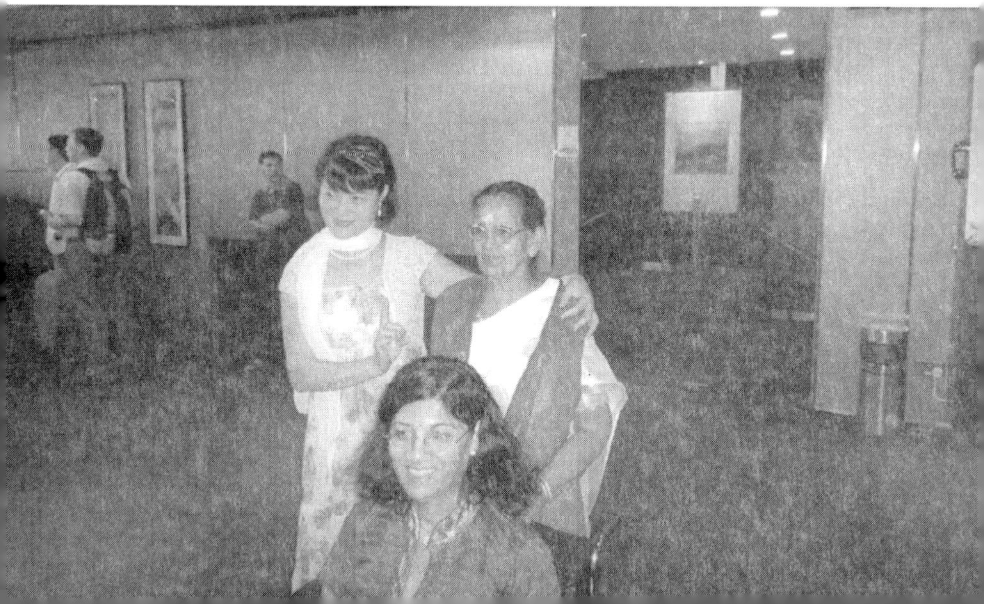

തായ് ഭാഷയിൽ പ്രവചിക്കുമ്പോൾ ചെറുപ്പക്കാർ കൂടുകൂടെ ചിരിക്കാൻ തുടങ്ങി. പ്രവചനം മനസ്സിലായില്ലെങ്കിലും. അവരുടെ ചിരി നന്നായി മനസ്സിലായി. കൂട്ടത്തിലൊരു ചെറുപ്പക്കാരനോട് അവരുടെ നാടും മറ്റും ചോദിച്ചറിഞ്ഞു. അവൻ മുറി ഇംഗ്ലീഷിൽ മറുപടി പറഞ്ഞു. മറ്റൊന്നുകൂടി അവൻ പറഞ്ഞു. കൈനോട്ടക്കാരിക്ക് നന്നായി ഇംഗ്ലീഷ് അറിയാമത്രെ. അപ്പോൾ എന്റെയുള്ളിലും ചെറിയൊരാഗ്രഹം. അവളെക്കൊണ്ട് എന്റെ രണ്ടുകൈകളും നോക്കിക്കണം. വെറുതെ ഒരു രസത്തിന്. അതിനിടയിൽ മാത്യൂസ് എത്തിയതുകൊണ്ട് എന്റെ പൂതി മനസ്സിൽതന്നെ വെക്കേണ്ടിവന്നു.

സിങ്കപ്പൂർ സൂവിലേക്കുള്ള എന്റെ മഹത്തായ യാത്ര തുടങ്ങുകയാണ്. ഹോട്ടലിൽനിന്ന് ഏതാണ്ട് 23കി.മീ.ദൂരമുണ്ട് മൃഗശാലയിലേക്ക്. മണ്ടായി റോഡിൽനിന്ന് ഇടത്തോട്ട് തിരിഞ്ഞു മണ്ടായി ലേയ്ക്ക് റോഡിലേക്ക് കയറി മൃഗശാലയുടെ മുന്നിലെത്താം. സിങ്കപ്പൂരിനെ അഞ്ച് നഗരാസൂത്രണ പദ്ധതി മേഖലകളായി തിരിച്ചിട്ടുണ്ട്. അതിനെ വീണ്ടും 55 ഭാഗങ്ങളായി വിഭജിച്ചിരിക്കുന്നു. അതിലൊന്നാണ് മണ്ടായി. സിങ്കപ്പൂരിലെ മറ്റു പ്രദേശങ്ങളെ അപേക്ഷിച്ച് വികസനം കുറഞ്ഞ പ്രദേശമാണ് മണ്ടായി. അവിടെ സ്ഥിതിചെയ്യുന്നതുകൊണ്ട് മൃഗശാല പ്രാദേശികമായി മണ്ടായ് സൂ എന്നാണ് അറിയപ്പെടുന്നത്. സിങ്കപ്പൂർ സുവോളജിക്കൽ ഗാർഡൻ എന്നാണ് മൃഗശാല പൊതുവേ അറിയപ്പെടുന്നത്.

സൂവിന്റെ മുൻവശത്തുതന്നെ സന്ദർശകർക്ക് ഇരിക്കാനുള്ള സൗകര്യമൊരുക്കിയിട്ടുണ്ട്. നല്ല മേശയും കസേരയുമൊക്കെ കണ്ടപ്പോൾ എനിക്ക് ഇരിക്കണമെന്ന മോഹം കലശലായിത്തുടങ്ങി. ടിക്കറ്റെടുത്ത് മധുവും മാത്യൂസും പെട്ടെന്ന് വന്നതുകൊണ്ട് ഇരിക്കാനുള്ള മോഹമുപേക്ഷിച്ച് അവരുടെകൂടെ നടന്നു. മാതാപിതാക്കൾക്കൊപ്പം കുളത്തിൽ നീരാടാനിറങ്ങുന്ന ആനക്കുട്ടി. അടുത്തെത്തിയപ്പോഴാണ് അവ പ്രതിമകളാണെന്ന് മനസ്സിലായത്. അവയുടെ കൂടെ നിന്ന് മതിയാവോളം പടമെടുത്തു.

മുന്നോട്ട് പോയപ്പോൾ വെള്ളയിൽ കറുത്ത പുള്ളികളുള്ള തടിച്ചുകൊഴുത്തൊരു സുന്ദരിപ്പശുവിനെ കണ്ടു. അവളെ തൊട്ടുതലോടാതെങ്ങനെ കടന്നുപോകും! തൊട്ടുനോക്കിയപ്പോൾ അവളൊരു പ്രതിമയായി മാറി. അവളെയും ഞങ്ങളുടെ ക്യാമറ സ്വന്തമാക്കി.

മൃഗശാലയ്ക്കുള്ളിൽ കറങ്ങാൻ ആവശ്യക്കാർക്ക് പലതരം സൌകര്യങ്ങൾ ഉണ്ട്. മൃഗങ്ങളും വാഹനങ്ങളും വീൽച്ചെയറുമൊക്കെ വാടകയ്ക്ക് ലഭിക്കും. രണ്ടു വീൽച്ചെയർ അവിടെനിന്ന് വാടകയ്ക്ക് എടുത്തു. ഒന്ന് അച്ഛനും മറ്റൊന്ന് എനിക്കും. വീൽച്ചെയറിനു പുറമെ അവിടെ

മഞ്ഞനിറത്തിൽ നാല് ചക്രമുള്ള വാഹനങ്ങൾ നിരത്തിവെച്ചിട്ടുണ്ട്. അതു കണ്ടപ്പോൾ മധു പറഞ്ഞു. "ഇതിലൊന്ന് കയറിനോക്ക്. ഗോൾഡൻ ചാൻസാണ്. ഇങ്ങനെയൊരവസരം ഇനി കിട്ടിയെന്നു വരില്ല."

മനസ്സിലൊന്നു തർക്കിച്ചു. "ആവുമോ എനിക്ക്?"

പിന്നെന്താ. ഒരുകൈ നോക്കുക തന്നെ. കൈതന്നെയാണ് എന്റെ പ്രശ്നവും. എന്റെ കൈകളും ബലഹീനമാണല്ലോ. എന്നാലും ഞാൻ പിൻവാങ്ങിയില്ല. മഞ്ഞസുന്ദരി നോക്കിക്കൊതിപ്പിക്കുകയല്ലേ. ബാറ്ററിയിലോടുന്ന ബൈക്കാണ്. നല്ല സീറ്റൊക്കെയായിട്ട് ഒരു കുഞ്ഞൻ വണ്ടി. നാലു ചക്രവുമുണ്ട്. കയറിയിരുന്ന് സ്റ്റിയറിംഗ് പിടിച്ചു. ഇത് വളരെ എളുപ്പമാണല്ലോ. വണ്ടി മുന്നോട്ടു നീങ്ങി. ആവേശത്തോടെ ഫോട്ടോയെടുത്തുകൊണ്ട് എന്റെ സഹോദരൻ പിന്നാലെയോടി.

ദാ... നോക്കൂ, ഞാനിപ്പോൾ വീൽച്ചെയറിലല്ല സഞ്ചരിക്കുന്നത്. ഞാൻ സ്വയമോടിക്കുന്ന വണ്ടിയിലാണ്. ശരീരത്തിന്റെ ഭാരം കുറഞ്ഞ് വായുവിൽ പറക്കുകയാണോയെന്നു തോന്നി. മനസ്സ് അപ്പൂപ്പൻതാടിപോലെ പാറിപ്പറന്നു. ജീവിതത്തിലെ അവിസ്മരണീയമായ മുഹൂർത്തം. സഞ്ചാരസ്വാതന്ത്ര്യം ജീവിതത്തിൽ ആദ്യമായി അറിഞ്ഞ നിമിഷം. എല്ലാ ദിവസവും സ്കൂളിൽ പോകാൻ മണിക്കൂറുകളോളം ഓട്ടോറിക്ഷ കാത്തിരിക്കുന്ന ആളാണ് ഞാൻ. ഓട്ടോറിക്ഷ വൈകി വരുന്നതുകൊണ്ട് ഞാൻ പലപ്പോഴും സ്കൂളിലെത്താനും

• ബൈക്ക് സവാരി

വൈകാറുണ്ട്. വിളിച്ച ടാക്സി എത്താത്തതുകൊണ്ട് പലയാത്രകളും എനിക്ക് ഒഴിവാക്കേണ്ടി വന്നിട്ടുണ്ട്. അതുകൊണ്ട് സഞ്ചാരസ്വാതന്ത്ര്യത്തിന്റെ വില എനിക്ക് നന്നായറിയാം.

വളഞ്ഞും പുളഞ്ഞും റോഡ് മുറിച്ചുമൊക്കെ എന്റെ വാഹനം കുതിച്ചു. മൃഗശാലയുടെ വാഹനങ്ങൾക്കും മറ്റ് ബൈക്കുകൾക്കും സൈഡ് കൊടുത്തുകൊണ്ട് ഞാൻ സഞ്ചരിച്ചു. ഇടയ്ക്കൊന്ന് അച്ഛന്റെ വീൽച്ചെയറിൽ മുട്ടിയതൊഴിച്ചാൽ അപകടമൊന്നും ഉണ്ടായില്ല. അപ്പോൾ മാത്യൂസ് ഓടിവന്ന് ബൈക്ക് തിരിക്കാൻ സഹായിച്ചു. അയാൾ എനിക്കുവേണ്ടി വാടകക്കെടുത്ത വീൽച്ചെയറുരുട്ടിക്കൊണ്ട് പിന്നാലെയുണ്ട്. ആദ്യം കുറച്ചുനേരം അമ്മ അതിലിരുന്നെങ്കിലും മടുത്തപ്പോൾ എഴുന്നേറ്റു നടന്നു. മറ്റൊരാൾ ഉരുട്ടുന്ന ചക്രക്കസേരയിലിരുന്നു സഞ്ചരിക്കുന്നത് മുഷിപ്പൻ പരിപാടിയാണെന്ന് അമ്മയ്ക്ക് മനസ്സിലായി. അച്ഛനെയുരുട്ടിക്കൊണ്ട് മധുവും പിന്നാലെയോടി. മാത്യൂസ് ഇടക്കിടെ എന്റെ ഡ്രൈവിംഗിന് ഗുഡ് സർട്ടിഫിക്കറ്റ് നൽകുകയും ചെയ്തപ്പോൾ ഞാൻ വല്ലാണ്ടങ്ങ് പൊങ്ങിപ്പോയി.

കാനനപ്രതീതിയുളവാക്കുന്ന മൃഗശാല. ഇതിനെ മൃഗശാല എന്നു വിളിക്കാമോയെന്നു സംശയമാണ്. ഇരുപത്തെട്ടു ഹെക്ടറോളം പരന്നുകിടക്കുന്ന മണ്ടായ് സൂ മൃഗങ്ങൾ മേഞ്ഞു നടക്കുന്ന ഒരു വനപ്രദേശമാണെന്നു തോന്നും. ലോകത്തിലെ തന്നെ നല്ലൊരു മഴക്കാട് മൃഗശാലയാണിത്. പൂക്കളും ചെടികളും മരങ്ങളുംകൊണ്ട് ഇവിടുത്തെ ഓരോ ഇഞ്ചും അലങ്കരിക്കപ്പെട്ടിരിക്കുന്നു. കാടിനെപ്പോലും ക്രമീകരിച്ച് വളർത്തിയിട്ടുണ്ട്. പ്രകൃതിയുമായി ഇണങ്ങിപ്പോകുന്ന മൃഗശാലയിൽ ജീവജാലങ്ങൾ സ്വതന്ത്രരാണ്. അവയുടെ സ്വാഭാവികപരിസ്ഥിതിയിൽ അവയ്ക്കിവിടെ ജീവിക്കാൻ കഴിയുന്നു. ഇവിടെ മൃഗങ്ങളെയും പക്ഷികളെയും സ്വതന്ത്രരായി വിഹരിക്കാനും അനുവദിക്കുന്നു. സഞ്ചാരികളിൽനിന്നും അവയെ വേർതിരിക്കുന്നത് മിക്കവാറും വെള്ളത്തിന്റെ വേലികളാണ്. തുറന്ന സ്ഥലത്ത് സിംഹങ്ങൾ കിടക്കുന്നത് കണ്ടപ്പോൾ അവ അക്രമിച്ചേക്കുമോ എന്ന് അമ്മ ഭയപ്പെട്ടു.

320ഓളം ഇനങ്ങളിലുള്ള ജന്തുക്കൾ ഇവിടെയുണ്ടത്രേ. അവരെ എല്ലാവരെയും കാണുക അസാധ്യമായ കാര്യമാണ്. കുളിർമ്മയുള്ള അന്തരീക്ഷത്തിലൂടെ ബൈക്കോടിച്ച് പലരെയും കണ്ടു. വളരെ അടുത്തുനിന്ന്. വരയൻ പുലികൾക്കും സിംഹങ്ങൾക്കുമൊന്നും എന്നെ കണ്ടിട്ട് ഒരു മൈൻഡുമില്ലല്ലോ. ഇതുപോലൊരാളിനെ നിങ്ങൾ മുമ്പ് കണ്ടിട്ടുണ്ടോ?

മരക്കൊമ്പുകളൊടിച്ച് ഭക്ഷിക്കുന്ന ജിറാഫുകൾ അലസമായൊന്നു

നോക്കി. ഇങ്ങ് താഴെയിരിക്കുന്ന എന്നെ കണ്ണിൽ പെടാഞ്ഞിട്ടോ, അതോ കണ്ണിൽ പിടിക്കാഞ്ഞിട്ടോ എന്നറിയില്ല. അവ പെട്ടെന്ന് മുഖം തിരിച്ചുകളഞ്ഞു.

'ദെന്താ എല്ലാരുമിങ്ങനെ നോക്കുന്നത്?' അമ്മയിങ്ങനെ തുറിച്ചുനോക്കിപ്പേടിപ്പിക്കേണ്ട വല്ല കാര്യവുമുണ്ടോ. ഞാനെന്നെങ്കിലും ഇങ്ങനെ വണ്ടിയോടിക്കുമെന്ന് അമ്മ വിചാരിച്ചു കാണില്ല. പക്ഷേ, ആ ആൾക്കുരങ്ങനോ, അവനെന്നെ മുമ്പറിയില്ലല്ലോ.

മൃഗങ്ങൾ വസിക്കുന്നിടത്ത് മരത്തടികൾ ഇട്ടിട്ടുണ്ട്. പലതരം കുരങ്ങുകൾ. അവയിരിക്കുന്നിടത്ത് മരക്കാലുകൾ തലങ്ങും വിലങ്ങും ചേർത്തുവെച്ച് കൂടാരം തീർത്തിട്ടുണ്ട്. അവയ്ക്ക് ചാടിക്കളിക്കാനായിരിക്കാം.

ഹോ, ഇതു മയിൽ തന്നെയാണോ? മയിലിന്റെ നിറം നീലയല്ലേ. ഇവർ നല്ല വെളുമ്പന്മാരാണല്ലോ.

ഇടക്കിടെ ചാരുബെഞ്ചുകളുണ്ട്. നടന്നു തളരുമ്പോളിരിക്കാൻ. കുത്തനെ ഒഴുകിവരുന്ന നീർച്ചാലിന് എന്തൊരു ഭംഗിയാണ്! ചിതറിക്കിടക്കുന്ന വലിയ പാറക്കഷണങ്ങൾക്കിടയിലൂടെ പതഞ്ഞുപതഞ്ഞ് പാൽനുര ചിന്നുകയാണവ.

ഇടയ്ക്കൊരു ബേബിച്ചെയറിന് വഴിമാറിക്കൊടുത്തു. അച്ഛനാണ് ചെയറുന്തുന്നത്. സ്വർണ്ണമുടിക്കാരൻ കുഞ്ഞേട്ടൻ കുഞ്ഞിക്കൈകൾ കൊണ്ട് വണ്ടിയുന്താൻ സഹായിക്കുന്നുണ്ട്. അവരുടെ അമ്മയാണോ പിന്നാലെ വരുന്നത്? അറിയില്ലല്ലോ.

ചിലപ്പോൾ തനിച്ച്, മറ്റുചിലപ്പോൾ ആൾക്കൂട്ടത്തിനിടയിലൂടെ, ഞാനുമെന്റെ ബൈക്കും വളഞ്ഞും പുളഞ്ഞും ഓടി. സിങ്കപ്പൂർ നദി ഇടയ്ക്കിടെ എത്തിനോക്കി 'വീഴല്ലേ'യെന്നു മന്ത്രിച്ചു.

പാറക്കൂട്ടങ്ങൾക്കിടയിലൊരു അക്വേറിയം. മീനുകൾ കളിച്ചുപുളയ്ക്കുന്നു. പാറയുടെ മുകളിൽ വാഷ് ബേസിൻ പിടിപ്പിച്ചത് കൗതുകമുണർത്തി. മൃഗശാലയിലെ നിർമ്മാണവസ്തുക്കളേറെയും പ്രകൃതിക്കനുയോജ്യമായ മുളയും മരവും കല്ലും പുല്ലുമൊക്കെയാണ്.

കാണികളെ രസിപ്പിക്കാൻ ചില്ലറ പൊടിക്കൈകളൊക്കെ സൂവിനുള്ളിലൊരുക്കിയിട്ടുണ്ട്. ആംപി തിയേറ്റർ ഷോ രസകരമായിരുന്നു. അതിലൊന്നാണ് സീ ലയേണിന്റെ പ്രകടനം. അരമണിക്കൂറോളം ബൈക്കിലിരുന്നുകൊണ്ട് സീ ലയേണിന്റെ അഭ്യാസങ്ങൾ കണ്ടു. അച്ഛനുമമ്മയും മധുവും ഗാലറിയിലാണിരുന്നത്.

പാറക്കൂട്ടങ്ങൾക്കിടയിൽനിന്ന് ഒഴുകിയിറങ്ങുന്ന മട്ടിൽ നിർമിച്ച വെള്ളക്കെട്ടിൽനിന്ന് സീ ലയേൺ സ്റ്റേജിലേക്ക് കയറിവന്ന്

സ്റ്റൂളിലിരുന്നു. കാടിന്റെ പശ്ചാത്തലത്തിലൊരുക്കിയ സ്റ്റേജിൽ പരിശീലകന്റെ നിർദ്ദേശമനുസരിച്ച് സീ ലയേൺ പലവിധ അഭ്യാസങ്ങൾ കാണിച്ചു. കാണികൾക്ക് ഷെയ്ക്ക് ഹാൻഡ് നൽകുകയും, ഉമ്മവെക്കുകയും, പരിശീലകൻ എറിഞ്ഞുകൊടുക്കുന്ന പ്ലേറ്റ് ചാടിപ്പിടിക്കുകയും അദ്ദേഹത്തിന്റെ കൈയിൽനിന്നും ഇടയ്ക്കിടെ തീറ്റ വാങ്ങിക്കഴിക്കുകയും വെള്ളത്തിലൂളിയിട്ടു പൊങ്ങുകയുമൊക്കെ ചെയ്യുന്ന സീലിന്റെ ഷോ തീർന്നതിനുശേഷം ഞങ്ങൾ മറ്റു കാഴ്ചകൾ തേടിയിറങ്ങി.

സഞ്ചാരികൾക്ക് ദാഹവും വിശപ്പും ശമിപ്പിക്കാനുള്ള സൌകര്യങ്ങൾ സൂവിനുള്ളിൽ പല സ്ഥലത്തുമുണ്ട്. അത്തരമൊരു കഫെയിൽനിന്നു വെള്ളവും മറ്റ് പാനീയങ്ങളും വാങ്ങി. ആനക്കൂട്ടന്മാരുടെ പ്രകടനമാണ് ഇനി കാണേണ്ടത്. ഇപ്രാവശ്യം ഞാനും ബൈക്കിൽനിന്നിറങ്ങി. കാരണം ആനയെ എനിക്കത്രയ്ക്കിഷ്ടമാണ്.

ഗാലറി ഏതാണ്ട് നിറഞ്ഞുകഴിഞ്ഞു. ഇവിടെയും ഗാലറിക്കപ്പുറം വെള്ളത്തിന്റെ വേലി. അതിനപ്പുറം മരക്കൂട്ടം. അതിനു മുന്നിൽ അൽപ്പം തുറസ്സായ സ്ഥലം. മരക്കൂട്ടത്തിന്റെ പിന്നിൽനിന്നും നാടകീയമായി ആനകളിറങ്ങി വന്നു. ഇരുന്നും കിടന്നും സർക്കസ് കാണിച്ചും പന്തുകളിച്ചും അവർ ആളുകളെ രസിപ്പിച്ചു. നമ്മുടെ തലയെടുപ്പുള്ള കൊമ്പന്മാരെ കണ്ടുശീലിച്ച കണ്ണുകൾക്ക് വലുപ്പം കുറഞ്ഞ, കൊമ്പില്ലാത്ത ഇവരോട് വലിയ ആദരവൊന്നും തോന്നിയില്ല. അതിലൊരുത്തിക്കു മാത്രം കുറച്ചു വലുപ്പമുണ്ട്. അവളൊരിന്ത്യക്കാരിയാണെന്നു തോന്നി. ഒടുവിൽ കാണികൾക്ക് ഷെയ്ക്ക് ഹാൻഡ് നൽകാനും ആനകൾ തയ്യാറായി. അവ വെള്ളത്തിലേക്കിറങ്ങി ഗാലറിക്കു സമീപമെത്തി.

മൃഗക്കാഴ്ചകളിലേക്ക് ഊളിയിടാൻ ഞാൻ വീണ്ടും ബൈക്കിലേറി. വെള്ളത്തിലിറങ്ങി നിൽക്കുന്ന വെള്ളക്കടുവ കരയിലേക്ക് നടന്നു കയറുമോ എന്നു സംശയിക്കുമ്പോൾ അടുത്ത കാഴ്ച തേടി കണ്ണുകൾ പറന്നു. പാറപ്പുറത്ത് ഇപ്പോൾ ഉണർന്നേക്കാമെന്ന മട്ടിലുറങ്ങുന്ന വെള്ളക്കടുവകൾ. അടുത്ത കാഴ്ചയിലേക്ക് കടക്കാനൊരുങ്ങുമ്പോൾ ഇനി മൃഗശാലയുടെ വണ്ടിയിൽ പോകാമെന്നു പറഞ്ഞ് മധു എന്റെ ബൈക്ക് മാറ്റിയിട്ടു. അത് മാത്യൂസ് തിരിച്ചേൽപ്പിച്ചോളുമത്രെ. മനസ്സില്ലാമനസ്സോടെ ഞാൻ ബൈക്കിൽ നിന്നുമിറങ്ങി. അങ്ങനെ എന്റെ ആദ്യത്തെ സ്വതന്ത്രസഞ്ചാരത്തിനു വിരാമമായി. ഇത്തരത്തിലൊരു യാത്ര ഇനിയുണ്ടാവുമെന്നുറപ്പില്ലെങ്കിലും ഇത് അവസാനത്തെ യാത്രയാണെന്നു വിശ്വസിക്കാനെനിക്ക് മനസ്സില്ല. ഞാനിനിയും കാത്തിരിക്കും. പ്രതീക്ഷയോടെ.

മൃഗശാലയുടെ ട്രാംപിൽ കയറാൻ ഞാൻ പ്രയാസപ്പെടുന്നതു കണ്ട ഡ്രൈവർ, അതൊരു വനിതയാണ്, സീറ്റിൽ നിന്നിറങ്ങിവന്ന് എന്നെ പിടിച്ചു കയറ്റി.

ഭിന്നശേഷിക്കാരെ ഡ്രൈവർ തന്നെ വണ്ടിയിൽ കയറ്റണമെന്ന താണത്രെ സിങ്കപ്പൂരിലെ നിയമം. മേൽക്കൂര മാത്രമുള്ള വശങ്ങൾ തുറന്ന ട്രാംപിലായി പിന്നെ യാത്ര. നദിയെയും മൃഗങ്ങളെയും പറവ കളെയും കണ്ടുകണ്ട് കുറച്ചുനേരം കൂടി ഞങ്ങൾ ആ വാഹനത്തിൽ യാത്ര ചെയ്തു. പിന്നെ ഉച്ചഭക്ഷണം നല്ലൊരു ഹോട്ടലിൽ തരമാക്കി. ചോറും കറിയും തന്നെയാണ് വിഭവങ്ങൾ. അച്ഛൻ മാത്രം ഒന്നും കഴിച്ചില്ല. കക്ഷിയുടെ മൂഡ് ഇതുവരെ ശരിയായിട്ടില്ല. വീടോർമ്മ യായിരിക്കും ഈ പ്രതിഷേധത്തിന്റെ കാരണം.

ഉച്ചയ്ക്കുശേഷം ട്രാം ട്രെയിനിൽ കയറാൻ ക്യൂവിൽ നിന്നു. കാലുകൾ ചെറുതായി പണിമുടക്കിയെങ്കിലും പിന്നോട്ടുപോയില്ല. ട്രെയിനിൽ കയറി ഹാർബർ ഫ്രന്റ് കേബിൾ കാർ സ്റ്റേഷനിലെത്തി. കേബിൾ കാറിൽ കയറി സെന്റോസ ദ്വീപിലേക്ക്. സിങ്കപ്പൂരിൽ തെക്കൻ തീരത്തുള്ള ഒരു കൊച്ചു ദ്വീപാണ് സെന്റോസ. ഇതിന്റെ തീരം മനു ഷ്യനിർമ്മിതമാണ്. കടലിനടിയിൽനിന്നും മണൽ കൊണ്ടുവന്ന് ഉയർത്തിയെടുത്ത ഇത്തരം ദ്വീപുകൾ വേറെയുമുണ്ട് സിങ്കപ്പൂരിൽ.

കേബിൾ കാറിൽ കമ്പിയിലൂടെയുള്ള യാത്ര രസകരമായിരുന്നു. താഴെ ആഴത്തിൽ കാടും കടലും. ദ്വീപിലെത്തുന്നതുവരെ അമ്മ താഴോട്ട് നോക്കിയേയില്ല.പാവം വല്ലാണ്ട് പേടിച്ചിരിക്കുകയായി രുന്നു. കയറെങ്ങാൻ പൊട്ടി ആഴത്തിലേക്ക് വീണാലോ എന്നാണ് അമ്മയുടെ പേടി. അമ്മയെ പേടിപ്പിക്കാൻ മധു ഇടയ്ക്കിടെ താഴോട്ടു നോക്കാൻ പറയും. അമ്മ നോക്കിയതുതന്നെ! അങ്ങനെ ഞങ്ങളുടെ അമ്മയെ പറ്റിക്കാനൊന്നും പറ്റില്ല. കരയിൽ കാലെടുത്ത് വെച്ചപ്പോ ഴാണ് പാവത്തിന് ജീവൻ തിരിച്ചു കിട്ടിയത്.

1983 ജനുവരിയിൽ സിങ്കപ്പൂർ കേബിൾ കാർ ഒരപകടത്തിൽ പെട്ടിരുന്നു. താഴെക്കൂടി കടന്നുപോയ എണ്ണക്കിണർ നിർമ്മിക്കാ നുപയോഗിക്കുന്ന ഒരു ഓയിൽ റിഗ് കേബിൾ കമ്പിയിലടിച്ച് രണ്ട് കേബിൻ മുങ്ങി ഏഴുപേർ അപകടത്തിൽ മരിച്ചുപോയത്രേ. അപ്പോൾ അമ്മയുടെ പേടി അസ്ഥാനത്താണെന്ന് പറയാൻ പറ്റില്ലല്ലോ.

അച്ഛൻ പതിവുപോലെ നിർവികാരതയുടെ പുറന്തോടിനുള്ളിൽ അഭയംപ്രാപിച്ചു. മധു ഇടയ്ക്കിടെ 'അച്ഛാ' എന്നു വിളിച്ചുകൊണ്ട് പൊട്ടി ക്കുന്ന തമാശകൾ കേട്ട് പുറത്തുചാടാൻ വെമ്പുന്ന ചിരി കഷ്ടപ്പെട്ട് മറയ്ക്കാൻ ശ്രമിക്കുന്നത് കണ്ടപ്പോൾ പാവം തോന്നി. 'മക്കൾക്ക്

• കേബിൾ കാറിൽ

വെളുത്തചോറും കറുത്തകണ്ണും' എന്ന ചൊല്ല് അക്ഷരംപ്രതി പാലിച്ച മഹാശയൻ എങ്ങനെ മക്കളുടെ അടുത്ത് തുറന്നു ചിരിക്കും?

എനിക്കാണെങ്കിലോ പതഞ്ഞുയരുന്ന സന്തോഷം. അങ്ങ് താഴെ കാടും കടലും കൈകോർത്തു പിടിച്ചു കളിക്കുമ്പോൾ; ആ മദിപ്പിക്കുന്ന കാഴ്ചയിൽ എങ്ങനെ മത്തുപിടിക്കാതിരിക്കും. കാടിന്റെ കടുംപച്ചനിറം കടലിന്റെ നീലനിറത്തിലലിഞ്ഞുചേരുന്നതിന്റെ മനോഹാരിത പറഞ്ഞറിയിക്കാനാവാത്തതാണ്.

മധു ഉന്മേഷവും ആഹ്ലാദവും പ്രസരിപ്പിച്ചുകൊണ്ട് അച്ഛന്റെയും അമ്മയുടെയും എന്റെയുംകൂടെ മാറിമാറിയിരുന്നു. അവൻ ഞങ്ങളുടെ ഫോട്ടോയെടുത്തുകൊണ്ടിരുന്നു. മാത്യൂസ് കൂടെയുള്ളതു കൊണ്ട് ഫോട്ടോയെടുക്കാൻ കുറച്ചുകൂടി സൌകര്യമായി. അയാൾ ഫോട്ടോയെടുക്കാൻ സഹായിച്ചുകൊണ്ട് ഞങ്ങളുടെ ആൽബത്തിലേക്ക് ഒരുപാട് സംഭാവനചെയ്തു.

കേബിൾ കാറിൽനിന്നിറങ്ങി. വീണ്ടും എനിക്ക് പരീക്ഷണം. മറ്റൊന്നുമല്ല, നടക്കണം. കൊതിപ്പിക്കുന്ന കാഴ്ചകൾ എന്റെ അടുത്തേക്കെത്തില്ല. ഇവിടെ മല മമ്മദിന്റടുത്തെത്തില്ല. ഞാൻ അങ്ങോട്ട് പോയേതീരൂ. നടന്നെത്തിയത് എസ്കലേറ്ററിനടുത്താണ്.

എന്തായാലുമിവിടെ വരെ എത്തിയില്ലേ. ഇനി എസ്കലേറ്ററിലും ഒരുകാൽവെച്ചേക്കാം. പക്ഷേ, എങ്ങനെ എന്നത് ഒരു വിഷമപ്രശ്നം തന്നെയാണ്. എങ്ങനെയാണ് എസ്കലേറ്ററിൽ കാൽ

വെക്കേണ്ടതെന്ന മധു ഞങ്ങൾക്ക് പറഞ്ഞുതന്നു. വേഗത്തിൽ കറങ്ങുന്ന സ്റ്റെപ്പിന്റെ മഞ്ഞബോർഡറിനുള്ളിൽ കാലുവെക്കണം. അതും പെട്ടെന്ന് വെക്കണം. അതിനിടയിൽ ഞാൻ തെറിച്ചുപോകാനുള്ള സർവസാധ്യതയുമുണ്ട്. എന്റെ പേടി അറിയിച്ചപ്പോൾ അതിനും സഹോദരൻ പരിഹാരം കണ്ടെത്തി. അമ്മയെയും അച്ഛനെയും ഇറക്കിയതിനുശേഷം എന്റെ ഇടതുവശത്ത് നിന്നുകൊണ്ട് പിറകിൽക്കൂടി ചുറ്റി എന്റെ വലതുകൈയിൽ മുറുക്കിപ്പിടിച്ചു. ഞങ്ങൾ ഇറങ്ങുമ്പോഴേക്കും പടികൾ താഴോട്ട് ഉരുണ്ടുനീങ്ങും. എന്റെ ബാലൻസ് നഷ്ടപ്പെട്ട് ഞാൻ മുന്നോട്ടാഞ്ഞുപോകും. അതിനും ഞങ്ങൾ പരിഹാരം കണ്ടു. ഞാൻ സ്റ്റെപ്പിൽ കാലു വെക്കുമ്പോൾ എന്റെ കൈയിൽ പിടിച്ചുനിർത്താൻ ആദ്യം മാത്യൂസ് ഇറങ്ങി. അങ്ങനെ വിജയകരമായി എന്റെ പാദങ്ങൾ എസ്കലേറ്ററിൽ പതിഞ്ഞു. ഞാൻ എസ്കലേറ്ററിൽ കാലുവെച്ച ഉടനെ എന്റെ രണ്ടാമത്തെ ആവശ്യവും മാത്യൂസിനെ അറിയിച്ചു. തറനിരപ്പിലെത്തുന്നതിനുമുമ്പുതന്നെ ചാടിയിറങ്ങി എന്റെ കൈ പിടിക്കാൻ റെഡിയായി നിൽക്കണം. ഇറങ്ങുംവരെ മാത്യൂസിനോട് ഞാൻ "ക്യാച്ച് ടൈറ്റ്" എന്ന് പറഞ്ഞുകൊണ്ടിരുന്നു. സഹോദരൻ അമ്മയെയും അച്ഛനെയും ഇറക്കുന്ന സമയംകൊണ്ട് ഞാൻ ഗവേഷണം നടത്തി കണ്ടുപിടിച്ച കാര്യങ്ങളാണിവ. മുറുക്കിപ്പിടിക്കാൻ മുന്നിലും പിന്നിലും രണ്ടുപേരുണ്ടായതുകൊണ്ട് എന്റെ എസ്കലേറ്റർ കയറ്റിറക്കങ്ങൾ സാധിച്ചു എന്നു പറഞ്ഞാൽ മതിയല്ലോ. അങ്ങനെ ടെൻസിംഗ് എവറസ്റ്റിൽ കാൽ കുത്തിയതുപോലെ ഞാൻ എസ്കലേറ്ററിലും കാൽകുത്തി.

മെർലിൻ ടവറിനു താഴെയുള്ള മെർലിൻ പ്ലാസ ഗാർഡനിലേക്കാണ് എസ്കലേറ്റർ വഴി ഇറക്കുന്നത്. ചെടികളും മരങ്ങളും പാറക്കൂട്ടങ്ങളും ശില്പങ്ങളും വെള്ളച്ചാട്ടങ്ങളും നിറഞ്ഞ മനോഹരമായ ഉദ്യാനത്തിൽ കാണാനേറെയുണ്ടെങ്കിലും കാഴ്ചയെ സമയവും എന്റെ കാലുകളും പരിമിതപ്പെടുത്തി.

സെന്റോസ ഐലന്റിന്റെ ഓർമ്മയ്ക്കൊരു ഫോട്ടോ സുവനീർ. നിമിഷങ്ങൾക്കുള്ളിൽ അതു ലഭിക്കും. പെടയ്ക്കുന്ന ഡോളർ കൊടുക്കണമെന്നുമാത്രം. ഇരുപതുഡോളറോ മറ്റോ ആണ് നൽകേണ്ടത്. ഞങ്ങളുടെ സന്തോഷം ഇരുപത് ഡോളറിനേക്കാൾ വലുതായി കണക്കാക്കുന്നതിനാൽ മധു അതും സാധിച്ചുതന്നു. ആ റൂമിന്റെ അഞ്ചാറ് പടി മുകളിൽ അരണ്ടവെളിച്ചത്തിൽ ചരിത്രമ്യൂസിയം. അതിന്റെ ഒരു ഭാഗത്ത് എന്നെ ഇരുത്തിയിട്ട് മധു മാത്യൂസിനൊപ്പം പോയി. അച്ഛനെയും അമ്മയെയും താഴെ ഇരുത്തിയിരിക്കുകയാണ്. കുറേനേരം കഴിഞ്ഞിട്ടും അവൻ തിരിച്ചുവന്നില്ല. അഞ്ചാറ് പടിയിറങ്ങിപ്പോയി

അച്ഛനെയും അമ്മയെയും കാണാനും എനിക്കാവില്ലല്ലോ. ഇരിക്കുന്ന കസേരയിൽനിന്ന് എഴുന്നേറ്റ് നടക്കാൻ വല്ലാതെ കൊതിച്ചു. ഇരിക്കുന്ന ഹാളിൽനിന്ന് ചരിത്രത്തിന്റെ ശേഷിപ്പുകളും മോഡലുകളും തല നീട്ടി ഞങ്ങളെ അറിയേണ്ടേ എന്നൊരുവശത്തുനിന്ന് ചോദിക്കുമ്പോൾ മറുവശത്ത് അച്ഛനും അമ്മയും ആങ്ങളയും എങ്ങോട്ടുപോയി എന്ന ആധിയും തലനീട്ടി. ആഗ്രഹിക്കുന്നതൊന്നും ചെയ്യാനാവാതെ ഏറ്റവും സന്തോഷിക്കേണ്ട അവസരത്തിലും എന്നെ വിഷാദക്കയത്തിലേക്ക് തള്ളിവിടുന്ന ദുർബ്ബലമായ ശരീരവുംപേറി ഞാനിരുന്നു. മറ്റുള്ളവർ ചുമക്കാൻ വരുന്നതും കാത്ത്. ആങ്ങളയുടെ തലവെട്ടം കണ്ടപ്പോൾ ആശ്വാസത്തോടെ ഞാനൊന്ന് നെടുവീർപ്പിട്ടു. അവൻ എന്നെ കൈപിടിച്ചിറക്കി. പതുക്കെ നടത്തിച്ചു. മെർലയേണിന്റെ സവിധത്തിലേക്ക്.

ശില്പത്തിന്റെ ചുവട്ടിൽനിന്നും താഴെ ബീച്ചിലേക്ക് നീളുന്ന മൊസൈക് പാത അതീവ സുന്ദരംതന്നെ.

ഞങ്ങളിറങ്ങിയെത്തിയത് ജലധാരകൾ വെള്ളം ചീറ്റിത്തെറിപ്പിക്കുന്ന കൃത്രിമപ്പൊയ്കക്കരികിലാണ്. ഒന്ന്, രണ്ട്, മൂന്ന് തട്ടുകൾ കവിഞ്ഞ് നാലാം തട്ടിലെക്കൊഴുകുന്ന ജലസമൃദ്ധിയിൽ ഇടവിട്ടു പാൽനുര ചിന്നിയുയർന്നുപൊങ്ങി തടംതല്ലി വീഴുന്ന ജലവിസ്മയത്തിനു മുന്നിൽ കണ്മിഴിച്ചങ്ങനെ നിന്നുപോയി. പൊയ്കക്കരികിലെ വെൺപാതയിൽ നിർത്തി മാത്യൂസ് ഞങ്ങളുടെ ഫോട്ടോ എടുത്തു. പിന്നിൽ ഉന്നതങ്ങളിൽനിന്ന് ഞങ്ങളെ നോക്കുന്ന മെർലിൻ.

മാത്യൂസും ആങ്ങളയും കൂടി വീണ്ടുമെന്നെ കൈ പിടിച്ചുനടത്തി. ധീരനായ ആ പഴയ രാജാവിന് തന്റെ സാമ്രാജ്യത്തിന്റെ അവകാശം വിട്ടുകൊടുത്ത ഉദാരനായ സിംഹത്തിന്റെ സ്മരണ വാനോളമുയർത്തിക്കൊണ്ട് മെർലയേൺ ടവർ തലയുയർത്തി നിൽക്കുന്നു. ഞങ്ങൾ ഭയഭക്തിബഹുമാനങ്ങളോടെ അതിനുള്ളിൽ കയറാനൊരുങ്ങി. ലിഫ്റ്റിൽ കയറി ആദ്യത്തെ ലയറിൽ ഇറങ്ങി. അത് തുറന്നത് ഒരു ഇടനാഴിയിലേക്ക്. അരണ്ട വെളിച്ചത്തിൽ സിങ്കപ്പൂരിന്റെ ചരിത്രം കൊത്തിവെച്ച തുരങ്കത്തിലൂടെ സിങ്കപ്പൂരിന്റെ പുരാവൃത്തത്തിനു കണ്ണുംകാതും കൊടുത്തുകൊണ്ട് നടന്നു. മധുവിന് അച്ഛനെയും അമ്മയെയും ശ്രദ്ധിക്കേണ്ടതുകൊണ്ട് തുരങ്കത്തിനുള്ളിൽ പലപ്പോഴും എനിക്ക് മാത്യൂസിന്റെ കൈകളെ മാത്രം ആശ്രയിക്കേണ്ടി വന്നു. അയാളാണെങ്കിൽ എന്റെ രീതിയുമായി പരിചയിക്കുന്നതേ ഉണ്ടായിരുന്നുള്ളൂ. എനിക്കാണെങ്കിലോ രണ്ടുവശവും ഓരോരുത്തർ താങ്ങിയാലേ നടക്കാനും പറ്റൂ. വേദനിക്കുന്ന കാലുകളെ ശാസിച്ചുകൊണ്ട് പതുക്കെ മുന്നോട്ട് നീങ്ങി. ചുമരിൽ കൊത്തിയും വരച്ചും

• മെർലയേൺ ടവറിനു മുന്നിൽ

വെച്ച ശില്പങ്ങളും ചിത്രങ്ങളും കടന്നുപോകുമ്പോൾ മാത്യൂസ് അവയെക്കുറിച്ച് വിവരിച്ചുകൊണ്ട് താൻ നല്ലൊരു ഗൈഡ് ആണെന്ന് തെളിയിച്ചു.

കാണാനും പഠിക്കാനുമേറെ വകകളുണ്ടെങ്കിലും വീണ്ടും വീണ്ടും കാലുകൾ പരാതിപ്പെട്ടുകൊണ്ടിരുന്നു. അപ്പോഴാണ് ഇടനാഴിക്കുള്ളിൽതന്നെ ആശ്വാസംപോലൊരു മിനി തീയേറ്റർ കണ്ടത്. അവിടെ ഒരു കാർട്ടൂൺ ഡോക്യുമെന്ററി പ്രദർശിപ്പിക്കുന്നുണ്ട്. ഏതായാലും അവിടെ സ്വൈര്യമായി ഇരുന്നു കാണാലോ.

പ്രദർശനം തുടങ്ങി. പത്തിരുപതുപേർ കാണികളായുണ്ട്. വിഷയം സിംഹപുരിയുടെ പുരാവൃത്തവും ചരിത്രവും തന്നെ. സിങ്കപ്പൂർ അടക്കിവാണത് ധീരനായൊരു സിംഹരാജനായിരുന്നു. അപ്പോഴാണ് സാഹസികനായ സുമാത്രൻ രാജാവ് വേട്ടമൃഗത്തെ പിന്തുടർന്ന് ദ്വീപിലെത്തിയത്. കടലിൽവെച്ച് അദ്ദേഹത്തെ ഒരു വ്യാളി തടഞ്ഞെങ്കിലും തലയിലെ കിരീടം നൽകിയപ്പോൾ വ്യാളി അതുംകൊണ്ട് പോയി. സിംഹരാജൻ അതിക്രമിച്ചുകയറിയ ശത്രുവിനെ തുരത്തിയോടിക്കാൻ ശ്രമിച്ചു. രാജാവിന്റെ മഹത്വം മനസ്സിലായപ്പോൾ സിംഹം ദ്വീപിന്റെ അവകാശം രാജാവിന് നൽകി പിൻവാങ്ങി. പ്രദർശനം അവസാനിച്ചപ്പോൾ സഹോദരൻ എഴുന്നേൽക്കാനുള്ള സിഗ്നൽ നൽകി. ഉറച്ച ഇരിപ്പിടത്തിൽനിന്നും എഴുന്നേൽക്കുന്നത് വേദനാജനകമെങ്കിലും പോകാതെ വയ്യ.

തുരങ്കത്തിൽനിന്ന് പുറത്തുകടന്നപ്പോൾ മധു പറഞ്ഞു. “അഞ്ചാറു

സ്റ്റെപ്പുകൾ കയറണം. മെർലിൻ ടവറിന്റെ മുകളിലേക്ക്."

പിടിച്ചാൽ കയറാമെന്ന് ഞാനും സമ്മതിച്ചു. അഞ്ചാറ് പടികൾ കഴിഞ്ഞു. പത്തും പതിനഞ്ചും കഴിഞ്ഞു. അവിടെയെത്തുമ്പോൾ മധു പറയും "ഇനി കുറച്ചേയുള്ളൂ."

പിന്നേയും മുകളിലേക്ക് പടികൾ ഉയർന്നുപോകുകയാണ്. അതിനനുസരിച്ച് രണ്ടുപേർ ഇടവും വലവും തോളിൽ പിടിച്ചുയർത്തുകയാണ്. വയ്യ, കാലുകൾ പൊങ്ങുന്നില്ല. അച്ഛനു ശ്വാസം മുട്ടുന്നു. അമ്മ കിതയ്ക്കുന്നു. ഇല്ല, എന്നാലും പിൻവാങ്ങില്ല. അങ്ങ് മുകളിൽ എനിക്ക് കാണാനൊരത്ഭുതമുണ്ട്. Mount Imbiahയുടെ മുകളിലാണ് സെന്റോസ ഐലന്റിലെ മെർലയേൺ ഉള്ളത്. 37മീ. ഉയരമുണ്ട് ഈ ശില്പത്തിന്. 1996ലാണ് ഇതിന്റെ നിർമ്മാണം പൂർത്തിയായത്. ഇതിന്റെ മുകളിൽ കയറാനും വായിൽനിന്നുകൊണ്ട് ചുറ്റുപാടും കാണാനുമുള്ള സൌകര്യമുണ്ട്.

ഒടുവിൽ ഞങ്ങൾ മെർലയേൺ ടവർ കീഴടക്കുകതന്നെ ചെയ്തു. ഏറ്റവും മുകളിലത്തെ പടിയിൽ ഞാൻ കാലുകുഴഞ്ഞുവീണു. വീണത് വിദ്യയാക്കി ഞാനവിടെ കാലുംനീട്ടിയിരുന്നു.

എന്നാൽപ്പിന്നെ ഞാനായിട്ടെന്തിനാ നിൽക്കുന്നതെന്ന മട്ടിൽ അച്ഛനും വെറും നിലത്തിരുന്നു. മറ്റ് ടൂറിസ്റ്റുകൾ ഞങ്ങളെ ഒന്ന് നോക്കിയിട്ട് വീണ്ടും വിദൂരതയിലേക്ക് കണ്ണയച്ചു. മിനിമം എന്താ പറ്റ്യേന്നെങ്കിലും അവരന്വേഷിക്കുമെന്ന് നമ്മുടെ നാട്ടിലെ രീതിവെച്ച് ഞാൻ പ്രതീക്ഷിച്ചു. ഹേയ്, അവർക്കതിനൊന്നും സമയമില്ല. മറ്റുള്ളവരുടെ കാര്യങ്ങളിൽ ഇടപെടുന്നതിൽ താല്പര്യവുമില്ല. ഏതായാലും ഇത്ര കാര്യമായി ഇവരൊക്കെ എന്താ ഇങ്ങനെ നോക്കുന്നതെന്ന് ഒന്നറിയണമല്ലോ. മറ്റുള്ളവരുടെ സഹായത്തോടെ ഇരുന്നിടത്തുനിന്നും മെല്ലെ പൊങ്ങി.

ഹാ! എന്തൊരു കാഴ്ചയാണ് പുറത്ത്!

ജ്വലിക്കുന്ന സൂര്യപ്രകാശത്തിൽ കടുംനീലനിറത്തിൽ സമുദ്രം വെട്ടിത്തിളങ്ങുകയാണ്. കപ്പലുകളും ബോട്ടുകളും ചിതറിക്കിടക്കുന്നു. ഇത്രയേറെ കപ്പലുകൾ നങ്കൂരമിട്ടു കിടക്കുന്നത് ആദ്യമായി കാണുകയാണ്. പച്ചപ്പൊട്ട് പോലൊരു കുന്ന് സമുദ്രത്തിലുയർന്ന് നിൽക്കുന്നു. സമുദ്രത്തിൽ വേറെയും കുഞ്ഞുതുരുത്തുകൾ പൊങ്ങി നിൽക്കുന്നുണ്ട്. ആ മരതകപ്പച്ചക്കുന്നിൽ ആൾപ്പാർപ്പുണ്ടോയെന്ന് അമ്മ മാത്യൂസിനോട് ചോദിച്ചു. അമ്മ പച്ചമലയാളത്തിലാണ് ചോദിച്ചതെങ്കിലും മാത്യൂസ് കൃത്യമായി ഇംഗ്ലീഷിൽ മറുപടി പറഞ്ഞു. ഉണ്ടായേക്കാമെന്ന് പറഞ്ഞ് അയാളൊഴിഞ്ഞുമാറി. കക്ഷിക്ക് അറിയില്ലെന്നർത്ഥം.

• മെർലയേൺ ടവറിനു മുകളിൽ

തിരിച്ചിറങ്ങുമ്പോൾ മാത്യൂസെന്നെ അഭിനന്ദിച്ചു. മിക്ക ഇന്ത്യക്കാരികളും മെർലിൻ ടവറിന്റെ മുകളിൽ കയറാറില്ലത്രേ. അതുകേട്ടപ്പോൾ ഇത്തിരി സന്തോഷമൊക്കെ തോന്നി. രാത്രികാലങ്ങളിൽ വിവിധ വർണ്ണവെളിച്ചത്താൽ ഈ ശില്പത്തെ കൂടുതൽ സുന്ദരമാക്കാറുണ്ടത്രെ.

ഇനി ഒരു മോണോ ട്രെയിനിൽ കയറണം. അതിന് തൊട്ടുതാഴെ തന്നെയുള്ള ഇമ്പ്യ(Imbiah) മോണോ റെയിൽ സ്റ്റേഷനിലേക്ക് ഞങ്ങൾ നടന്നു. മോണോ റെയിൽ ആദ്യമായി കാണുകയാണ്. സെന്റോസ ദ്വീപിനെ ഹാർബർ ഫ്രന്റുമായി ബന്ധിപ്പിക്കുന്ന മോണോ റെയിൽ ലൈൻ സെന്റോസ എക്സ്പ്രസ്സ് എന്നറിയപ്പെടുന്നു.

അതിനിടക്ക് അനിയത്തിയുടെ മകനും ഭാര്യയും താഴെ ഞങ്ങളെയും കാത്തുനിൽക്കുന്നുണ്ടെന്നറിഞ്ഞു. ടവറിനു മുകളിലുള്ളപ്പോൾ അവൻ മധുവിനെ ഫോണിൽ വിളിച്ചിരുന്നു. താഴെ എത്തിയിട്ടും അവരെ കണ്ടില്ല.

സ്റ്റേഷനിൽ കമ്പിയിൽ പിടിച്ചുനിന്നു. മഞ്ഞ വരയ്ക്കപ്പുറം കടക്കരുതെന്ന് ഗൈഡ് പറഞ്ഞു. ആദ്യം വന്ന വണ്ടിയിൽ കയറാൻ കഴിഞ്ഞില്ല. എല്ലാവരുംകൂടി ആഞ്ഞുപിടിച്ച് എന്നെ അടുത്ത വണ്ടിയിൽ കയറ്റി.

എന്നെക്കണ്ടപ്പോൾ ഇരുന്നവർ പൊങ്ങി എനിക്ക് ഇരിപ്പിടമൊരുക്കാൻ വളയത്തിൽ തൂങ്ങി.

• മോണോ ട്രെയിനിൽ

ആശ്വാസത്തോടെ ഒന്നുറച്ചിരുന്നതേയുള്ളൂ. അപ്പോഴേക്കുമെഴു ന്നേൽക്കാൻ സമയമായി. സ്റ്റേഷനിൽ കുറച്ചുസമയം നിന്നതിന്റെ വേദനയിൽ മോണോ ട്രെയിൻ സവാരിയുടെ സുഖം ഏതാണ്ട് മുങ്ങി പ്പോയി. ഞങ്ങൾ ബീച്ച് സ്റ്റേഷനിലിറങ്ങി. സെന്റോസ എക്സ്പ്രസ്സിന് ആകെ നാല് മോണോ റെയിൽ സ്റ്റേഷനുകളാണുള്ളത്. സെന്റോസ എക്സ്പ്രസ്സിന്റെ ഒടുവിലത്തെ സ്റ്റേഷൻ ബീച്ച് സ്റ്റേഷൻ ആണ്.

MRT എന്ന ചുരുക്കപ്പേരിലറിയപ്പെടുന്ന മാസ് റാപിഡ് ട്രാൻസിറ്റ് സിസ്റ്റം (Mass Rapid Transit System) സിങ്കപ്പൂർ റെയിൽവേയുടെ പ്രധാന ഘടകമാണ്. ഈ അതിവേഗ മെട്രോ റെയിൽ സർവീസ് സിങ്കപ്പൂർ പൊതുഗതാഗതത്തിന്റെ നട്ടെല്ലുതന്നെയാണ്. നിലവിൽ 106സ്റ്റേഷനുകൾ പ്രവർത്തിക്കുന്നുണ്ട്. വിവിധ ഘട്ടങ്ങളിൽ പൂർത്തി യാക്കേണ്ട ധാരാളം സ്റ്റേഷനുകളുടെ നിർമ്മാണം നടന്നുകൊണ്ടി രിക്കുന്നുവത്രെ. സിങ്കപ്പൂരിലെ മെട്രോ റെയിൽവേയുടെ 90% വും ഭൂമിക്കടിയിലൂടെ കടന്നുപോകുന്നവയാണ്.

ഇനി ബസിൽ പോകണം. ബസ് സ്റ്റോപ്പിൽ കുറച്ചുസമയം ക്യൂവിൽ നിൽക്കേണ്ടി വന്നു. എന്നെ ക്യൂവിൽ നിന്നൊഴിവാക്കി യെങ്കിലും അത്രയും സമയം ഞാനും നിൽക്കുകയായിരുന്നു. ബസ് സ്റ്റോപ്പിലെ കമ്പിയിൽ പിടിച്ചുകൊണ്ട്. കമ്പികൊണ്ട് വേർതിരിച്ച

മൂന്നാലുവരികളായി യാത്രക്കാർ അച്ചടക്കത്തോടെ ബസ് കാത്തു നിൽക്കുകയാണ്.

ഓരോ ബസ് വരുമ്പോഴും ബസിൽ കണക്കായ ആൾക്കാർമാത്രം കയറി. ബാക്കിയുള്ളവർ അടുത്തതിൽ കയറാൻ ക്ഷമയോടെ കാത്തു നിൽക്കും. ആദ്യത്തെ വരിയിലുള്ളവർ കയറുമ്പോൾ അവിടെ തൊട്ടടുത്ത വരിയിൽ നിൽക്കുന്നവർ മുമ്പോട്ട് കയറി നിൽക്കും. ബസ് വരുന്നതിനനുസരിച്ച് ആളുകൾ കയറിക്കൊണ്ടിരുന്നു. അവസാനം ഞങ്ങളുടെ ബസുമെത്തി. ദൈവമേ, അത്രയും സമയം ഞാൻ നിമിഷങ്ങളെണ്ണിക്കഴിക്കുകയായിരുന്നു. കാലുകൾ കടഞ്ഞുപൊട്ടി ഇപ്പോൾ വീഴുമെന്നു തോന്നി. ഇത്തിരി അകലെ ഒരു ചുറ്റുപടവ് കണ്ടു. അവിടെ പോയി ഇരിക്കണമെന്ന ആവശ്യം അമ്മയെ അറിയിച്ചു. എന്നെ അങ്ങോട്ട് കൊണ്ടുപോകാൻ ആവശ്യപ്പെട്ടു. അപ്പോഴൊക്കെ ബസ് ഇപ്പോളെത്തുമെന്ന് അമ്മ ആശ്വസിപ്പിച്ചു.

ഭാഗ്യം... ഞാൻ വീഴുന്നതിനുമുമ്പ് ഒരു ട്രാംപെത്തി. അതിൽ കയറിപ്പറ്റി. എന്നുവെച്ചാൽ തിരക്കൊന്നുമില്ല. കൃത്യമായ ഇരിപ്പിടങ്ങൾ,കൃത്യമായ യാത്രക്കാർ. എന്റെ കാലിന്റെ പരാധീനതയാണ് ഇവിടെയും പ്രശ്നമായത്. ഉന്തും തള്ളും ബഹളവുമൊന്നുമില്ലാതെ ബസിൽ കയറുക എന്നത് കാണണമെങ്കിൽ സിംഗപ്പൂരിൽ പോകണം. ക്യൂ തെറ്റിച്ച് ഇടിച്ചു കയറാനറിയാത്ത സിങ്കപ്പൂർ പൌരന്മാർ നമ്മുടെ നാട്ടിലെത്തിയാൽ ചുറ്റിയതുതന്നെ.

സിലോസ ബീച്ച് ലക്ഷ്യമാക്കി കുറച്ചു ദൂരം ട്രാംപിൽ സഞ്ചരിച്ചു. റോഡിനിരുവശവും പനയും മറ്റും വളർന്നുനിൽക്കുന്നു. തനിയെ വളർന്നതല്ല, വളർത്തിയ വനമാണ് ചുറ്റും കാണുന്നത്. സെന്റോസയുടെ ഒരുഭാഗം വനമാക്കി വളർത്തി സംരക്ഷിക്കുകയാണ്. എങ്ങും

• ട്രാംപിൽ

പച്ചപ്പിന്റെ മായികതയാണ്. റോഡരികിൽ പുല്ലുമേഞ്ഞ കുടിലുകൾ പോലുള്ള റിസോട്ടുകൾ കണ്ടു.

സിലോസൊ ബീച്ചിലാണ് ഞങ്ങൾ എത്തിയത്. ബീച്ചിൽ റോഡിന്റെ നടുവിലുള്ള മരത്തിനു ചുറ്റും പണിത കോൺക്രീറ്റ് ഇരിപ്പിടത്തിൽ മൂന്നാല് ചെറുപ്പക്കാർ ഇരുന്ന് കാറ്റുകൊള്ളുന്നു. പഞ്ചാര മണലിൽ അവിടവിടെ തെങ്ങുകൾ പീലി വിരിച്ചാടുന്ന ശാന്തമായ കടൽത്തീരം. പക്ഷേ,ഞങ്ങൾ കടൽത്തീരത്തേക്കല്ല പോയത്. സമയം നാലുമണി കഴിഞ്ഞു. ആങ്ങളയും ഗൈഡും അല്പം തിരക്കു കൂട്ടി. മുന്നോട്ട് നടക്കുന്നതിനിടയിൽ മനുവും രേഷ്മയും ഇവിടെവെച്ച് ഞങ്ങളെ പിടികൂടുകതന്നെ ചെയ്തു.

എല്ലാവരുംകൂടി ബീച്ചിനടുത്തുള്ള ഡെലി ഫ്രാൻസ് കഫേയിൽ ഇരുന്ന് വെള്ളവും ജ്യൂസുമൊക്കെ കുടിച്ച് അണ്ടർ വാട്ടർ വേൾഡ് ലക്ഷ്യമാക്കി നീങ്ങി.

കടലും തീരവും പഞ്ചാരമണലും കാറ്റും വല്ലാതെ പ്രലോഭിപ്പിച്ചെങ്കിലും തൽക്കാലം അതവഗണിക്കാനേ കഴിയുമായിരുന്നുള്ളൂ. അണ്ടർ വേൾഡ് അക്വേറിയത്തിൽ നാലരയ്ക്ക് മുമ്പ് എത്തിയില്ലെങ്കിൽ ഞങ്ങൾക്ക് ഡോൾഫിൻ ലഗൂൺ ഷോ നിഷേധിക്കപ്പെടും. അത് വലിയൊരു നഷ്ടമായിരിക്കുമെന്ന് മുമ്പ് പോയവർ പറഞ്ഞു കൊതിപ്പിച്ചിട്ടുണ്ട്. മറ്റെല്ലായിടത്തും ബ്ലാക്ക് ഡോൾഫിനുകളാണ് താരങ്ങളെങ്കിൽ അവിടെ പിങ്ക് ഡോൾഫിനുകളാണത്രെ പ്രകടനം നടത്തുന്നത്. അവരുടെ പ്രകടനം കാണാൻ കൊതിയോടെ ഞങ്ങൾ അക്വേറിയത്തിലെത്തി.

ഉള്ളിൽ കയറിയ ഉടനെ അച്ഛന് അസ്വസ്ഥത അനുഭവപ്പെട്ടു. അച്ഛൻ ഛർദ്ദിച്ചു. വെറുംവയറ്റിൽ തണുത്ത പഴങ്ങളും പച്ചക്കറികളും മാത്രം കഴിച്ച് പിടിവാശി കാണിച്ചതിന്റെ ഫലം ഭീമാകാരമായി വാപൊളിച്ച് മുമ്പിലെത്തിയത് ഞങ്ങളറിഞ്ഞു. എൺപത് കഴിഞ്ഞ ആൾ. ശ്വാസം മുട്ടൽ ബുദ്ധിമുട്ടിക്കുന്ന ആൾ. വിദേശത്ത് രോഗിയാവുകയെന്നാൽ, അതാലോചിക്കാൻ വയ്യ.

അമ്മ ആകെ വേവലാതി പിടിച്ച് ഓടിനടക്കുന്നു. ആങ്ങളയുടെ മുഖം വിളറിവെളുത്തു. അച്ഛനെ മടിയിൽ കിടത്തി നെറ്റി തടവി ആശ്വസിപ്പിക്കാനും സ്വയം ആശ്വസിക്കാനും ശ്രമിക്കുന്ന മധുവിന്റെ മുഖം മറക്കാനാവില്ല. പുറത്തുനിൽക്കുന്ന മാത്യൂസിനെ ഫോൺചെയ്ത് ഇളനീർ വാങ്ങിക്കാൻ പറഞ്ഞയച്ചു. അച്ഛൻ വീണ്ടും ഛർദ്ദിച്ചു. ഇളനീരെത്തിയില്ല. മധു അച്ഛനെ മടിയിൽ കിടത്തി ആശ്വസിപ്പിച്ചുകൊണ്ടിരുന്നു. അമ്മ ഓരോന്ന് പറഞ്ഞ് അവന്റെ വേവലാതി

• തളർന്നിരിക്കുന്ന അച്ഛനും അമ്മയും

കൂട്ടിക്കൊണ്ടിരുന്നു. അവസാനം അവനെ വിഷമിപ്പിക്കരുതെന്ന് അമ്മയോട് ആവശ്യപ്പെടേണ്ടി വന്നു. ഇളനീർ കൊണ്ടുവന്നിട്ടുണ്ടെന്ന് മാത്യൂസ് ഫോൺചെയ്തറിയിച്ചപ്പോൾ മനമോൻ പുറത്തുപോയി അയാളുടെ കൈയിൽനിന്നും ഇളനീർ വാങ്ങിക്കൊണ്ടുവന്നു. മധു അച്ഛന്റെ വായിൽ ഇളനീർ കുറേശെ ഒഴിച്ചുകൊടുത്തു. വീണ്ടും ഛർദ്ദിക്കാൻ തുടങ്ങിയതോടെ ഞങ്ങൾ പരിപാടി ക്യാൻസൽചെയ്തു മടങ്ങി.

അക്വേറിയത്തിൽ വാലാട്ടി പുളയുന്ന തിരണ്ടികൾ മിന്നൽ പോലൊന്നു നോക്കിയിട്ട് 'പോകുവാണോ'ന്നു മിണ്ടാതെ മിണ്ടി. നേരത്തെ കൈനീട്ടി തൊട്ടുനോക്കിയപ്പോൾ ലജ്ജാലുവായൊരു പെൺകിടാവിനെപ്പോലെ തെന്നിമാറിയത് അതിലേതാണാവോ. അവരെ വെറുതെയങ്ങനെ തൊടാനൊന്നുമാവില്ല. കൈ നന്നായി കഴുകിത്തുടച്ചിട്ടേ തൊടാൻ പാടുള്ളൂ. വെള്ളവും സോപ്പും ടവ്വലുമൊക്കെ അവിടെയൊരുക്കിയിട്ടുണ്ട്. നമ്മുടെ കൈയിലെ അഴുക്കും അണുക്കളും ആ സമുദ്രവാസികളുടെ ഏഴയലത്ത് എത്താതിരിക്കാനുള്ള മുൻകരുതലാണത്.

"ഇനിയെപ്പോഴെങ്കിലും ഞാനിവിടെ എത്തിയേക്കാം എന്നൊരു വിദൂര പ്രതീക്ഷയോടെ മടങ്ങുകയാണ് ചങ്ങാതിമാരെ."

ഗ്ലാസ് ടണലിലൂടെ 20മിനുട്ട് നീണ്ടുനിൽക്കുന്ന യാത്രയിൽ തലയ്ക്കുമുകളിലും വശങ്ങളിലും സ്രാവുകളും കടൽ മത്സ്യങ്ങളും കളിച്ചുപുളയ്ക്കുന്ന കാണാക്കാഴ്ച മനസ്സിൽ സങ്കൽപിച്ചു കൊണ്ട്, തൊട്ടടുത്തെത്തിയിട്ടും, കാണാനാവാതെ വിടവാങ്ങുകയാണ്.

അച്ഛന്റെ അസുഖം മറ്റൊരു കാഴ്ചകൂടി ഞങ്ങൾക്ക് നഷ്ടപ്പെടുത്തി.

സിലോസോ ബീച്ചിൽ അരങ്ങേറുന്ന 'സോംഗ് ഓഫ് ദ റിവർ' എന്ന പ്രോഗ്രാം. സെന്തോസ ദ്വീപിന്റെ പ്രധാന ആകർഷണങ്ങളിലൊന്നാണത്. കടലിനടിയിൽ ഉറങ്ങുന്ന രാജകുമാരിയും അവളെ പാട്ടുപാടി ഉണർത്താൻ ശ്രമിക്കുന്ന ലീ എന്ന ചെറുപ്പക്കാരനും കൂട്ടുകാരും അന്നും കഥ പറയാനെത്തുമെങ്കിലും അവരെ മുഖം കാണിക്കാതെ ഞങ്ങൾക്ക് മടങ്ങേണ്ടിവന്നു.

മധു അച്ഛനെയും താങ്ങി പുറത്തിറങ്ങി. പിന്നാലെ ഞങ്ങളും. വഴിയിൽ ധാരാളം തൂണുകളോടുകൂടിയ ഒരു മണ്ഡപം. അതിന്റെ മുന്നിൽ പാമ്പിനെ കഴുത്തിലിട്ട് അഭ്യാസം കാണിക്കുന്ന ചെറുപ്പക്കാരൻ. പത്തു ഡോളർ കൊടുത്താൽ ആരുടെ കഴുത്തിലും അയാളതിട്ടുകൊടുക്കും. ചില ധീരന്മാർ പാമ്പുമാലയ്ക്കുവേണ്ടി കഴുത്ത് നീട്ടിക്കൊടുക്കുന്നത് കണ്ടു. അത് ആസ്വദിക്കാനുള്ള മാനസികാവസ്ഥ അപ്പോൾ ഞങ്ങൾക്കില്ലായിരുന്നു. അക്വേറിയത്തിനു പുറത്തിറങ്ങി ഞങ്ങളുടെ വാഹനത്തിനുവേണ്ടി കാത്തിരുന്നു.

ഹോട്ട് ഡോഗ് കിംഗ് എന്ന ഫാസ്റ്റ് ഫുഡ് റസ്റ്റോറന്റിന്റെ മുൻവശത്താണ് ഞങ്ങളിരുന്നത്. സായിപ്പിന് പ്രിയപ്പെട്ട ഹോട്ട് ഡോഗ് ആണ് അവിടുത്തെ പ്രധാനവിഭവം. നീളത്തിലുള്ള ബ്രഡ് പിളർന്ന് അതിനുള്ളിൽ നീണ്ട ബീഫ് സ്റ്റിക്ക് വെച്ച് ടോമോറ്റോ സോസും മറ്റും ഒഴിച്ച് മടക്കിയ വിഭവമാണ് ഹോട്ട് ഡോഗ്. ഒരു സൂപ്പർ വെയിറ്റിംഗ് ഷെഡ് പോലെ തോന്നിക്കുന്ന റെസ്റ്റോറന്റിന്റെ മുൻവശത്ത് കുറച്ചു പേർ ഇരിക്കുന്നുണ്ട്. അതിന്റെ ഒരു വശത്ത് പാറക്കൂട്ടവും അതിലൂടൊഴുകുന്ന നീർച്ചാലും അതിനുതാഴെ ഒരു കുഞ്ഞുപച്ചപ്പുൽക്കുന്നുമെല്ലാം അതിനെ മനോഹരമാക്കിയിരിക്കുന്നു. ഒരിഞ്ച് സ്ഥലംപോലും സൗന്ദര്യവൽക്കരിക്കാതെ സിംഗപ്പൂരിൽ കാണാൻ പ്രയാസമാണ്.

പക്ഷേ, ഇതൊന്നുമല്ല എന്നെ ഏറെ ആകർഷിച്ചത്. കുന്നിൽനിന്ന് താഴെയിറങ്ങി യാത്രികരുടെ സമീപത്തേക്ക് കൊത്തിപ്പെറുക്കിയെത്തിയ മയിൽപ്പൂവനും അവന്റെ പിടകളുമാണ്. മനോഹരമായ പീലികളും മിന്നുന്ന നീലനിറവുമൊക്കെയായി പൂവൻ സുന്ദരൻതന്നെ. പിടകൾ അവന് മാച്ച് ചെയ്യുന്നില്ല എന്നു പറയേണ്ടി വരും. അതുകൊണ്ടാണോ അവൻ കൂടുതൽ കൂട്ടുകാരികളെയുംകൊണ്ട് നടക്കുന്നത്?

യാത്രികർ തിന്നുന്ന ചോളപ്പൊരികളിലാണ് അവരുടെ നോട്ടം. മുറ്റത്തും റോഡിലും കുന്നിലുമൊന്നും അവയ്ക്ക് കൊത്തിപ്പെറുക്കാൻ ഒന്നുമില്ലല്ലോ. ഞാൻ ചോളപ്പൊരിയെടുത്ത് അവർക്കിട്ടു കൊടുക്കാനൊരുങ്ങിയപ്പോൾ മനു പെട്ടെന്ന് കൈക്കു പിടിച്ചു തടഞ്ഞു.

"വേണ്ടാ. ക്യാമറയുണ്ടാകും. ഫൈനടക്കേണ്ടി വരും."

സിംഗപ്പൂരിൽ എല്ലാ സ്ഥലത്തും ഒളിക്യാമറ സ്ഥാപിച്ചിട്ടുണ്ടാകും എന്ന് സഹോദരൻ പറഞ്ഞു തന്നിരുന്നെങ്കിലും മയിലിനെ കണ്ട കൌതുകത്തിൽ ഞാനത് മറന്നുപോയിരുന്നു. യാത്രയ്ക്ക് തയ്യാറാവുമ്പോൾ തന്നെ വലിച്ചെറിയൽ വിദഗ്ധരായ ഞങ്ങൾക്ക് എന്റെ സഹോദരൻ പ്രത്യേക ക്ലാസ് തന്നിരുന്നു. സിങ്കപ്പൂരിലെല്ലായിടത്തും ക്യാമറകൾ സ്ഥാപിച്ചിട്ടുണ്ട്. നമ്മുടെ അടുത്തുതന്നെ മഫ്റ്റി പൊലീസുകാർ നിരീക്ഷിക്കുന്നുമുണ്ടാകും. തുപ്പുകയോ വലിച്ചെറിയുകയോ ചെയ്താൽ അപ്പോൾ തന്നെ അവർ പിടികൂടും. അഞ്ഞൂറ് ഡോളർ പിഴയടിച്ച കൈയിൽ തരും. രണ്ടാമതും അങ്ങനെ ചെയ്താൽ പിഴ ആയിരം ഡോളറാകും. എന്നിട്ടും നന്നാവാതെ മൂന്നാമതും നമ്മുടെ കലാപരിപാടി നടപ്പാക്കിയാൽ 'നമുക്ക് ഇൻവിറ്റേഷൻ ലെറ്റർ' തന്ന് കടൽത്തീരത്തേക്ക് ക്ഷണിക്കുമത്രേ. കടൽത്തീരത്തിന്റെ ഒരു നിശ്ചിതഭാഗം നമ്മൾ വൃത്തിയാക്കണം. അന്ന് ആഘോഷമായി പത്രക്കാരെയൊക്കെ വിളിച്ചുകൂട്ടി വാർത്ത പബ്ലിഷ് ചെയ്യും. ഇതൊക്കെ കേട്ടതോടെ ഞങ്ങൾ അച്ഛനു തുപ്പാനൊരു പാത്രവും വാങ്ങി വളരെ മര്യാദക്കാരായി മാറി. ഇത്രയും കടുത്തശിക്ഷ നൽകുകയാണെങ്കിൽ നമ്മുടെ നാട് എന്നേ നന്നായിപ്പോയേനെ.

സിങ്കപ്പൂർ ലോകത്തിലേറ്റവും വൃത്തിയുള്ള രാജ്യമായത് ഇങ്ങനെ നിയമം കർശനമായി പാലിക്കുന്നതുകൊണ്ടാണ്. ആവശ്യവും ഒരു ഘടകമാണ്. സിങ്കപ്പൂരിന് ടൂറിസംവഴി ധാരാളം വരുമാനം ലഭിക്കുന്നുണ്ട്. അപ്പോൾ ധാരാളം സഞ്ചാരികളെത്തണം. സഞ്ചാരികളെ ആകർഷിക്കുന്നതിനുവേണ്ടി സൌന്ദര്യവും വെടിപ്പും നിലനിർത്തിയേ തീരൂ. റോഡിലും പാർക്കിലുമൊക്കെ പൊഴിഞ്ഞുവീഴുന്ന ഇലകൾപോലും അന്നന്ന് അടിച്ചുവാരി വൃത്തിയാക്കും.

1992ൽ സിങ്കപ്പൂർ ഗവണ്മെന്റ് ച്യൂയിംഗം നിരോധിച്ചു. രാജ്യത്ത് വൃത്തിയും വെടിപ്പും നിലനിർത്താനാണ് ച്യൂയിംഗം നിരോധിച്ചത്. മെഡിക്കൽ ഷോപ്പിൽനിന്നും മെഡിസിൻ ഉപയോഗത്തിനു മാത്രമേ ഇപ്പോൾ ച്യൂയിംഗം വാങ്ങാൻ കിട്ടൂ. ഇതു കേട്ടപ്പോൾ സ്കൂളിൽ ച്യൂയിംഗം ഉപയോഗിക്കുന്നത് തടയാൻ ഞങ്ങൾ അധ്യാപകർ പെട്ടുന്നപാട് ഓർത്തുപോയി. പല വിരുതന്മാരും ച്യൂയിംഗം വായിലിട്ട് ബലൂൺപോലെ വീർപ്പിക്കുമ്പോഴായിരിക്കും അധ്യാപകർ ക്ലാസിലേക്ക് കടന്നുചെല്ലുക. അപ്പോൾ നിമിഷാർദ്ധംകൊണ്ട് അവരത് വായിൽനിന്നെടുത്ത് മുന്നിലുള്ള ഡെസ്കിനടിയിൽ ഒട്ടിക്കും.

മാത്യൂസ് വണ്ടിയുമായെത്തി. പാലം കടന്ന് റോഡുവഴിയാണ് അയാൾ വണ്ടി കൊണ്ടുവന്നത്. സെന്റോസയിലെത്താൻ കേബിൾ കാർ മാത്രമല്ല, റെയിലും റോഡുമൊക്കെയുണ്ട്. മാത്യൂസ് കാറുമായി

എത്തിയ ഉടനെ ഞങ്ങൾ പുറപ്പെട്ടു. വഴിക്ക് അച്ഛനെ ഡോക്ടറെ കാണിക്കാൻ ഒരു ശ്രമം നടത്തിനോക്കി. ഈച്ചയും കൊതുകും മാലിന്യങ്ങളുമില്ലാത്ത സിങ്കപ്പൂരിൽ രോഗാണുക്കളും രോഗങ്ങളും കുറവാണ്. അതുകൊണ്ട് നമ്മുടെ നാട്ടിലെപ്പോലെ മുക്കിനു മുക്കിന് ഡോക്ടർമാർ ബോർഡും വെച്ചിരിപ്പില്ല. ഉള്ളവർ രോഗിയെ കാണു മ്പോൾത്തന്നെ മരുന്നിനു കുറിപ്പെഴുതില്ല. ഒരുപാട് നിരീക്ഷണവും പരിശോധനയും നടത്തിയതിനുശേഷം ആവശ്യമുണ്ടെങ്കിൽ മാത്രമേ മരുന്ന് നൽകൂ. ആശുപത്രിയോട് ചേർന്നുമാത്രമേ മെഡിക്കൽ ഷോപ്പും ഉണ്ടാവൂ. അവിടെനിന്നും നമുക്ക് സ്വതന്ത്രമായി മരുന്ന് വാങ്ങാനാവില്ല. ഡോക്ടറുടെ പ്രിസ്ക്രിപ്ഷൻ ഉണ്ടെങ്കിൽ മാത്രമേ മരുന്ന് വാങ്ങാൻ കഴിയൂ.

അതും ഞങ്ങൾക്ക് വിനയായി. അടുത്തദിവസം മാത്രമേ ഡോക്ടറെ കാണാനാവൂ. പരിശോധനാസമയം മുൻകൂട്ടി വാങ്ങുക യുംവേണം.

വേറെ വഴിയില്ലാത്തതുകൊണ്ട് ഞങ്ങൾ വിൻഡ്സർ ഹോട്ടലിലേ ക്ക് പുറപ്പെട്ടു. ഞങ്ങളുടെ വാഹനം ലിറ്റിൽ ഇന്ത്യയിലെത്തിയപ്പോൾ കോമളവിലാസ് ഹോട്ടലിൽനിന്ന് രാത്രി കഴിക്കാനുള്ള ഭക്ഷണം വാങ്ങി. മനമോനും രേഷ്മയും അവരുടെ താമസസ്ഥലത്തിറങ്ങി. ഇറങ്ങുമ്പോൾ മനമോൻ അച്ഛന് കഞ്ഞിവെള്ളവുമായി ഉടനെയെ ത്താമെന്നു പറഞ്ഞു. കഞ്ഞിവെള്ളം കുടിച്ചാൽ ഛർദ്ദി നിലയ്ക്കുമെന്ന പ്രതീക്ഷയുമായി ഞങ്ങൾ കാത്തിരുന്നു.

"അച്ഛന്റെ കാര്യം ഞാൻ നോക്കിക്കൊള്ളാം." എന്നു പറഞ്ഞു കൊണ്ട് മധു അവരുടെ മുറിയിലേക്കുള്ള വാതിൽ അടച്ചുപൂട്ടി ഞങ്ങ ൾക്ക് അങ്ങോട്ടുള്ള പ്രവേശനം നിഷേധിച്ചു.

ഇടയ്ക്കിടെ അമ്മ അങ്ങോട്ട് പോയി വേവലാതിപ്പെടാതിരിക്കാൻ വേണ്ടിയാണ് അവനങ്ങനെ ചെയ്തത്. അവൻ രാത്രി മുഴുവൻ ഉറക്ക മിളച്ചിരുന്ന് അച്ഛനെ ശുശ്രൂഷിച്ചു. മൂന്നാല് പ്രാവശ്യം രാത്രിയിലും ഛർദ്ദിച്ചു എന്ന് രാവിലെ അറിഞ്ഞു.

പറവകൾക്കിടയിൽ ചിറകൊടിഞ്ഞ പറവയായ്

ഞങ്ങളുടെ മൂന്നാംദിവസത്തെ യാത്രാപരിപാടി ക്യാൻസൽ ചെയ്യാൻ മധു സമ്മതിച്ചില്ല. ഞാനും അമ്മയും മാത്യൂസിനെ യുംകൂട്ടി പോകണമെന്ന് അവൻ തീരുമാനിച്ചു. അമ്മയുടെ എതിർപ്പ് വിലപ്പോയില്ല. മധു കൂടെയില്ലാത്ത യാത്രയെക്കുറിച്ച് എനിക്ക് സങ്കൽപ്പിക്കാൻപോലും കഴിയുമായിരുന്നില്ല. വേറെ വഴിയില്ലാ ത്തതുകൊണ്ട് എനിക്കും വഴങ്ങേണ്ടി വന്നു. രാവിലെ മനുമോൻ കഞ്ഞിയുംകൊണ്ട് വരും. അപ്പോഴേക്കും ഡോക്ടറുടെ അപ്പോയി ൻമെന്റും വാങ്ങി മാത്യൂസുമെത്തും. നേരത്തെ തയ്യാറായി ഹോട്ടൽ ലോബിയിൽ ഞങ്ങൾ അവരെയും കാത്തിരിപ്പായി.

മനസ്സാകെ കലങ്ങിയിരിപ്പാണ്. സന്തോഷമെല്ലാം എങ്ങോ പോയ്മറഞ്ഞു. അച്ഛന്റെ അസുഖത്തെക്കുറിച്ച് ആലോചിക്കുമ്പോൾ തന്നെ പേടിയാവുന്നു. കാണാൻപോകുന്ന പൂരത്തെക്കുറിച്ചല്ല, അച്ഛനെക്കുറിച്ചാണ് മനസ്സിൽ അപ്പോൾ ഉൽക്കണ്ഠ തോന്നിയത്. ഇങ്ങനെ വിഷമിച്ചിരിക്കുമ്പോൾ ഏതാണ്ട് മൂന്ന് വയസ്സ് തോന്നിക്കു ന്ന ഒരു കുഞ്ഞ് എന്റെ മുന്നിലേക്ക് ഓടി വന്നു. എന്നിട്ട് തൊട്ടടുത്ത് നിന്നുകൊണ്ട് അവൾ എന്തോ ചോദിക്കുമ്പോലെ എന്റെ മുഖത്തിനു നേരെ വിരൽ ചൂണ്ടി. എന്റെ മുഖത്തെ സങ്കടവും പ്രയാസവും അവൾ തിരിച്ചറിഞ്ഞെന്നു തോന്നി.

'ഒന്നുമില്ല, പൊന്നുമോളെ' എന്ന മട്ടിൽ ഞാനവളെ ഒന്നു തഴുകി. പിന്നെ അവളുടെ ഫോട്ടോ എടുത്തു. ഞങ്ങൾ വ്യത്യസ്ത ഭാഷക്കാരാ ണെങ്കിലും സങ്കടത്തിന്റെ ഭാഷ ഒന്നാണല്ലോ. ആ കുഞ്ഞുമോൾ ഒരു

വിയറ്റ്നാം കുട്ടിയാണെന്നു മാത്രം മനസ്സിലായി. അവളുടെ മാതാപിതാക്കൾ കുറെ അകലെയാണിരിക്കുന്നത്. അവിടെ നിന്നും എന്റെ അടുത്തേക്ക് ഓടിവന്നതാണവൾ.

പത്തുമണിക്ക് മനുവും മാത്യൂസുമെത്തി. കേബിൽ അച്ഛനെയും മനുവിനെയും മധുവിനെയും കൂട്ടി പായ ലേബറിൽ (paya laber) ഇറക്കിയിട്ട് ഞങ്ങൾ ജൂറോം ബേർഡ് പാർക്കിലേക്ക് പുറപ്പെട്ടു.

അമ്മയെ അങ്ങോട്ട് കെട്ടിവലിച്ചുകൊണ്ടുപോകുകയായിരുന്നു. ഒട്ടും മനസ്സില്ലെങ്കിലും ഞങ്ങളുടെ കൂടെ അമ്മയ്ക്ക് വരേണ്ടിവന്നു. ഞങ്ങൾ താമസിക്കുന്നിടത്തുനിന്ന് പാർക്കിലേക്ക് ഇരുപത് കി.മീറ്ററോളം ദൂരമുണ്ട്. കുറച്ചുദൂരം പോയപ്പോൾ അമ്മ പറയാൻ തുടങ്ങി, "ദൂരെയൊന്നും പോകണ്ട. അടുത്തുള്ളതെല്ലാം കണ്ടാൽ മതി. സുഖമില്ലാത്ത ആളെയിട്ടിട്ടാ പോകുന്നത്."

നാഴികക്ക് നാൽപ്പതുവട്ടം അച്ഛനുമായി വഴക്കുകൂടുന്ന അമ്മയെ അല്ല ഞാനപ്പോൾ കണ്ടത്. പതിനാറുവയസ്സു മുതൽ സുഖദുഃഖങ്ങൾ ഒന്നിച്ചു പങ്കിട്ടു ജീവിച്ച ഭാര്യയെയാണ്. ഭർത്താവിന്റെ ആരോഗ്യത്തെക്കാൾ വലുതല്ല മറ്റൊന്നും അപ്പോഴമ്മയ്ക്ക്.

മാത്യൂസിന് മലയാളം അറിയില്ലെങ്കിലും അമ്മയുടെ മനോഭാവം നന്നായി മനസ്സിലായി. അതുകൊണ്ട് ഇടയ്ക്കിടെ അയാൾ 'മാം' എന്നു വിളിച്ചുകൊണ്ട് അമ്മയെ സന്തോഷിപ്പിക്കാൻ ശ്രമിച്ചുകൊണ്ടിരുന്നു.

ജൂറോം ബേർഡ് പാർക്കിലെത്തിയപ്പോൾ മാത്യൂസ് വണ്ടി ഒതുക്കിയിട്ട്, ഓഫീസിൽനിന്ന് ഒരു വീൽച്ചെയർ സംഘടിപ്പിച്ചു. ഇത്രയുംനാൾ ഇങ്ങനെയൊരു സാധനം കാണുമ്പോൾ പേടിയും സങ്കടവും തോന്നിയിരുന്ന എനിക്ക് ഇന്നത് കണ്ടപ്പോൾ എന്തൊരാശ്വാസമാണ് അനുഭവപ്പെട്ടതെന്നോ! കഴിഞ്ഞ ദിവസം ഉച്ചയ്ക്കുശേഷം ഒരു ചക്രക്കസേരയിലെങ്കിലും ഒന്നിരിക്കാൻ കഴിഞ്ഞെങ്കിലെന്ന് ഞാൻ പലവട്ടം തീവ്രമായി ആഗ്രഹിച്ചിരുന്നു.

പൂവള്ളിക്കമാനങ്ങൾ കടന്ന് ഞങ്ങൾ പാർക്കിനുള്ളിലേക്ക് പ്രവേശിച്ചു. ഭൂമിയെ സുന്ദരമാക്കുന്ന സുന്ദരജീവികളെ അടുത്തുകാണാൻ പോകുകയാണ്. അയ്യായിരത്തോളം പറവകൾ ഇവിടെയുണ്ടത്രേ.

വീടിന്റെ വിശാലമായ മുറ്റത്തിറങ്ങി കൂടണയുന്ന പറവക്കൂട്ടങ്ങളെ നിരീക്ഷിക്കുക എന്റെ ബാല്യകാലകൌതുകമായിരുന്നു. ഇരുൾ വീഴുന്നതുവരെ കൃത്യമായ ആകൃതിയിൽ മാർച്ചുചെയ്ത് പറവകൾ മാനത്തങ്ങനെ പറന്നുപോകും. കാക്കകൾ ബഹളംവെച്ച് ആകാശം മൊത്തം അവകാശമുറപ്പിച്ചുകൊണ്ട് പറന്നുപോകും. ചില പ്രത്യേകദിവസങ്ങളിൽ സന്ധ്യാനേരത്ത് ഞങ്ങളുടെ ചാണകം മെഴുകിയ തറയുള്ള

പഴയവീട്ടിൽനിന്നും ചിതലുകൾ മഴപ്പാറ്റകളായി ആകാശത്തേക്കുയരും. അത് മനോഹരമായ ഒരു കാഴ്ചയാണ്. അതോടൊപ്പം അതിനേക്കാൾ മനോഹരമായ മറ്റൊരു കാഴ്ചയുംകൂടിയുണ്ട്. മഴപ്പാറ്റകളെ കൊത്തിയെടുക്കാൻ മാനത്ത് പെട്ടെന്ന് പ്രത്യക്ഷപ്പെടുന്ന പറവകൾ. മുറ്റത്തിറങ്ങിനിന്ന് അവയെ എണ്ണുന്നത് എന്റെ വിനോദമാണ്. എനിക്കോർമ്മയുണ്ട്, ആ ദിവസങ്ങളിൽ ഇരുപതോളം ഇനം പറവകളെ ഞാനെണ്ണിയിട്ടുണ്ട്. ഇതൊക്കെ പഴയ കഥ. ഇന്ന് എന്റെ നാട്ടിൻപുറത്ത് പക്ഷികൾ കുറഞ്ഞുവരുന്നു എന്ന സത്യം തിരിച്ചറിയുന്നു. മനുഷ്യന്റെ പല വിധത്തിലുള്ള ഇടപെടലുകൾകൊണ്ട് പറവകളെന്ന ഈ സുന്ദരജീവികൾ ഭൂമുഖത്തുനിന്നും അപ്രത്യക്ഷമായേക്കുമോ എന്നു സംശയിക്കേണ്ടിയിരിക്കുന്നു.

വർണവിസ്മയമൊരുക്കി തത്തകൾ അഭ്യാസം കാണിക്കുന്നതാണ് ആദ്യം കണ്ണിൽപ്പെട്ടത്. കുറച്ചു സമയം അവിടെ നിൽക്കണമെന്നു തോന്നിയെങ്കിലും ചക്രക്കസേരയുടെ കടിഞ്ഞാൺ മറ്റൊരാളുടെ കൈയിലായതുകൊണ്ട് സാധിച്ചില്ല. അച്ഛന്റെ വിവരമറിയാഞ്ഞിട്ട് അമ്മയാണെങ്കിൽ വിങ്ങിപ്പൊട്ടിയാണ് നടക്കുന്നത്. മാത്യൂസിന്റെ ഫോണിൽ മധുവിനെ വിളിക്കണം എന്ന ആവശ്യം ഉന്നയിക്കാൻ തുടങ്ങിയിട്ട് കുറച്ചുനേരമായി. മധു മാത്യൂസിന്റെ ഫോണിൽ ഇങ്ങോട്ട് വിളിച്ചു വിവരം അറിയിക്കുമെന്ന് പറഞ്ഞിരുന്നു. അമ്മയെ ആശ്വസിപ്പിക്കാൻ മാത്യൂസിന്റെ ഫോൺ ഉപയോഗിക്കാം എന്നു തീരുമാനിക്കലേ രക്ഷയുള്ളൂ എന്ന് മനസ്സിലായപ്പോൾ അയാളോട് മധുവിനെ ബന്ധപ്പെടാൻ ആവശ്യപ്പെട്ടു. അയാൾ മധുവിനെ വിളിച്ചു ഫോൺ കൈയിൽ തന്നു.

'അച്ഛനെ ഡോക്ടറെ കാണിച്ചു. മരുന്ന് വാങ്ങി. ഹോട്ടൽ മുറി ഒഴിഞ്ഞുകൊടുത്തതിനുശേഷം അച്ഛനെ മനുമോന്റെ വീട്ടിലാക്കി. അവിടുന്ന് കഞ്ഞി കുടിച്ചതോടെ അച്ഛന്റെ എല്ലാ അസുഖവും മാറി.' ഇത്രയും വിവരങ്ങൾ ഞാൻ അമ്മയ്ക്ക് കൈമാറി.

വെറും കഞ്ഞി എന്ന് പരിഹസിക്കാറുണ്ടെങ്കിലും നമ്മുടെ കഞ്ഞിയുടെ ഒരു ശക്തി നോക്കൂ! 'അന്നബലം പ്രാണബലം' എന്നു പണ്ടുള്ളവർ പറയുന്നത് വെറുതെയല്ലല്ലോ. അച്ഛന്റെ വിവരമറിഞ്ഞിട്ടും അമ്മയുടെ മുഖം തെളിഞ്ഞില്ല. ഭർത്താവ് അസുഖമായി കിടക്കുമ്പോൾ അടുത്തിരുന്ന് ശുശ്രൂഷിക്കേണ്ട ഭാര്യ കാഴ്ചകാണാൻ പോകുന്നത് ശരിയാണോ? അമ്മയ്ക്ക് കുറ്റബോധം തോന്നിയില്ലെങ്കിലല്ലേ അത്ഭുതമുള്ളൂ.

വർണത്തത്തകളെ കണ്ടു മതിയാകുന്നതിനുമുമ്പ് മാത്യൂസ് വീൽച്ചെയർ തിരിച്ചു . വേൾഡ് ഓഫ് ഡാർക്ക്നസിന്റെ കവാടത്തിനു

നേർക്ക്. ഇരുട്ടിന്റെ ചങ്ങാതിമാരെ കാണാൻ.

സിങ്കപ്പൂരിലെല്ലായിടത്തും മൈനയെയും ചിലപ്പോൾ മയിലിനേയും കാണാറുണ്ടെങ്കിലും പറവകളുടെ സ്വാഭാവിക സൌന്ദര്യം കാണണമെങ്കിൽ ജൂറോം ബേർഡ് പാർക്കിൽ തന്നെ പോകണം. രാത്രിഞ്ചരന്മാരായ മൂങ്ങകൾക്കും മഞ്ഞുപ്രദേശക്കാരായ മൂങ്ങകൾക്കും പെൻഗ്വിനുകൾക്കുമൊക്കെ അവയുടെ അതേ ആവാസവ്യവസ്ഥയാണ് അവിടെ ഒരുക്കിയിട്ടുള്ളത്. മഞ്ഞു പുതച്ച പാറകളും ഇലപൊഴിഞ്ഞ മരക്കൊമ്പുമായി മോശമല്ലാത്തൊരു പാർപ്പിടത്തിന്റെ കോണിൽ മങ്ങിയ വെളിച്ചത്തിൽ ഉത്സാഹം കെട്ടിരിക്കുന്ന ചങ്ങാതിയെ കണ്ടുപിടിക്കാൻ ഇത്തിരി വിഷമിച്ചു. കക്ഷിയെ മാത്യൂസ് കാണിച്ചുതന്നു. അതിന്റെ പ്രത്യേകതകളും പാർപ്പിടത്തിന്റെ പ്രത്യേകതകളും ശബ്ദം താഴ്ത്തി വിവരിച്ചുകേൾപ്പിച്ചുകൊണ്ട് അടുത്ത കക്ഷിയുടെ സമീപത്തേക്ക് കൊണ്ടുപോയി. ഹിമഗിരിവാസികൾ ഒട്ടേറെപ്പേരുണ്ടല്ലോ. മാത്യൂസിന്റെ ചെറിയ ശബ്ദംപോലും അവർക്കിഷ്ടമല്ലെന്നു വ്യക്തമാക്കിക്കൊണ്ട് ചിലർ ചിറകടിച്ചു പ്രതിഷേധമറിയിച്ചു. മറ്റ് ചിലർ പറന്നുമാറി ഒളിക്കാൻ ശ്രമിച്ചു.

'മഞ്ഞിൽ കുളിച്ചവരെ മാത്രമേ കണ്ണിൽ പിടിക്കൂ.' എന്ന് മറ്റു ചില രാത്രിഞ്ചരന്മാർ അവജ്ഞയോടെ ഒന്നിരുത്തി മൂളി. അവിടെനിന്നും പുറത്തിറങ്ങിയപ്പോൾ ഇത്തിരി ആശ്വാസം തോന്നി. ഇരുട്ടും മൂങ്ങകളുടെ മൂളലും ചിറകടിയൊച്ചയും മാത്രമാണോ എന്റെ ഹൃദയത്തിൽ ഭാരം നിറച്ചത്. അച്ഛനെക്കുറിച്ചോർത്തു വിഷമിക്കേണ്ടെന്നു മധു പറഞ്ഞല്ലോ. എന്നിട്ടും ഹൃദയഭാരം കൂടുകയാണല്ലോ. മൂങ്ങകളെ ചുറ്റിപ്പറ്റി ചെറുപ്പത്തിൽ കേട്ട കഥകളായിരിക്കാം എന്റെ ഹൃദയത്തിൽ ഭീതി നിറച്ചത്. മൂളിപ്പേടിപ്പിക്കുന്ന ആ പാവം പക്ഷികളെക്കുറിച്ച് നമ്മുടെ കഥകൾ എന്തൊക്കെ അപവാദങ്ങളാണ് പറഞ്ഞുപരത്തിയത്. ഇപ്പോൾ അച്ഛന്റെ അസുഖത്തിന്റെ പശ്ചാത്തലം അതിന് ഒന്നുകൂടി നിറംപിടിപ്പിച്ചിരിക്കാം.

പുറത്തുകടന്ന ഞങ്ങളെ സ്വീകരിച്ചത് പക്ഷിയല്ല. അതൊരു പക്ഷി വേഷക്കാരൻ മാത്രമാണ്. അദ്ദേഹത്തിന്റെകൂടെ ഒരു പടമെടുത്തില്ലെങ്കിൽ അതുമൊരു നഷ്ടം. മാത്യൂസ് അതും സാധിച്ചുതന്നു. പക്ഷിയുടെ ഒരു ഭാഗത്ത് അമ്മ നിന്നു. മറുഭാഗത്ത് ഞാനുമിരുന്നു. നിൽക്കാൻ നോക്കിയിട്ട് അമ്മ സമ്മതിച്ചില്ല. എന്തുചെയ്യാനാണ്. നിൽക്കാനും ഇരിക്കാനുമൊക്കെ മറ്റുള്ളവരുടെ സമ്മതം വേണമല്ലോ എനിക്ക്.

അവിടെനിന്നും ഒരു ബേർഡ് ഷോ കാണാനാണ് മാത്യൂസ്

ഞങ്ങളെ കൊണ്ടുപോയത്. പോകുമ്പോൾ അമ്മ വീണ്ടും മധുവിനെ വിളിക്കണമെന്ന് ആവശ്യപ്പെട്ടു. ഇപ്രാവശ്യം അമ്മയുടെ ആവശ്യത്തെ ഞാൻ അംഗീകരിച്ചില്ല. വിശേഷമുണ്ടെങ്കിൽ മധു മാത്യൂസിനെ വിളിച്ച് അറിയിക്കും എന്നു പറഞ്ഞിരുന്നു. ഇടയ്ക്കിടെ അയാളെ ബുദ്ധിമുട്ടിക്കുന്നത് ശരിയല്ലതാനും.

കുളിർമയുള്ള വനാന്തരീക്ഷത്തിലൂടെ ചക്രക്കസേരയുരുട്ടി മാത്യൂസ് ഓടി. പിന്നലെയെത്താൻ അമ്മ ബുദ്ധിമുട്ടുമ്പോൾ അയാൾ ഒന്ന് നിൽക്കും. അമ്മ അടുത്തെത്തിയാൽ വീണ്ടും ഓട്ടം തുടങ്ങും. പഴയ നാട്ടുമ്പുറത്തെ ഒരു ഇടവഴിയിലൂടെ സഞ്ചരിക്കുന്ന പ്രതീതിയാണ് അപ്പോൾ എനിക്കുണ്ടായത്.

വനത്തിനുള്ളിൽ, പാറക്കൂട്ടങ്ങൾ കൊണ്ട് ചുമരിട്ട്, കുത്തനെ വീഴുന്ന നീർച്ചോലയിൽ നീരാടി, മരങ്ങളും വള്ളികളുംകൊണ്ടലങ്കരിച്ച്, 'പൂൾസ് ആംപി തിയേറ്റർ' ബേർഡ് ഷോ നടത്താൻ അണിഞ്ഞൊരുങ്ങി. മോഹിപ്പിക്കുന്ന കാഴ്ചകൾക്ക് അരങ്ങൊരുങ്ങി.

ചുവപ്പ്, മഞ്ഞ, പച്ച, വെള്ള, നീല നിറങ്ങളിലുള്ള തത്തകൾ പാറിപ്പറക്കുന്നത് ഒരു സ്വപ്നം പോലെ കണ്ടിരുന്നു. ഇവയുടെയെല്ലാം നിറങ്ങൾ ചാലിച്ചുചേർത്ത വർണത്തത്തകളുമീ ഭൂമിയിലുണ്ടോ! ഉണ്ട്, എന്റെ മുന്നിലൂടെ, വിഭ്രമിപ്പിച്ചുകൊണ്ട് അവ പറന്നുകളിക്കുകയാണല്ലോ. എന്റെ കണ്ണുകൾ തലയുടെ മുൻഭാഗത്തായതിലും കഴുത്തിനുചുറ്റും തല വട്ടംകറക്കാൻ കഴിയാത്തതിലും ജീവിതത്തിലാദ്യമായി എനിക്ക് നിരാശ തോന്നി. സ്റ്റേജിലെ മരക്കുറ്റിക്കുമേലെ ഘടിപ്പിച്ച മേശപ്പുറത്ത് ഒരു സുന്ദരി ഒരു പൊള്ളയായ മരക്കുറ്റി കൊണ്ടുവെച്ചു. മറ്റുരണ്ടുപേർ രണ്ടു തത്തകളെ കൈയിലേന്തി തീയേറ്ററിന്റെ ഗുഹയ്ക്കുള്ളിൽനിന്നും കടന്നുവന്നു.

മേശയുടെ രണ്ടറ്റത്തും നിരത്തിയിട്ട പന്തുകളെടുത്ത് മരക്കുറ്റിക്കുള്ളിലിട്ട് തത്തകൾ കളി തുടങ്ങി. ജയിച്ചതും തോറ്റതും പിൻവാങ്ങിയപ്പോൾ വന്നതാര്? മഞ്ഞക്കിളികളോ? തെറ്റി. കയറിലിരുന്ന് ഊഞ്ഞാലാടുന്നത് മഞ്ഞത്തത്തകളാണ്. എങ്ങോട്ടാണ് അവ പറന്നുകയറുന്നത്? ആംപി തിയേറ്ററിന്റെ പാറച്ചുമരിലൊരു കുഞ്ഞു കൂടുണ്ടല്ലോ. അതൊരു വീടാണല്ലോ. ആ വീട്ടിലേക്കാണ് അവ കയറിപ്പോയത്.

കാണികളെന്താ പിന്നോട്ട് തിരിഞ്ഞുനോക്കുന്നത്? കാണികൾക്കിടയിൽ കൈകൾ വിരിച്ചു നിൽക്കുന്ന സുന്ദരിയുടെ ഇരുകൈകളിലും രണ്ടുവേഴാമ്പൽ പറന്നുവന്നിരുന്നു. പിന്നെ അവയും സുന്ദരിമാരുമാരും ചേർന്നൊരു മേളം. വേഴാമ്പലിന്റെ പ്രകടനം

അത്യുഗ്രൻ. പേരു പറയുന്ന, ബെർത്ത് ഡേ പാട്ട് പാടുന്ന തത്തയും നന്നായി പ്രകടനം നടത്തി. കാക്ക കുളിച്ചാൽ കൊക്കാകില്ലെങ്കിലും കൊക്കുകളുടെ നടനവൈഭവം കണ്ടപ്പോൾ കൊക്ക് നടന്നാൽ അരയന്നമാകുമെന്നു തോന്നി. കുറുകിക്കൊണ്ടെവിടുന്നോ പ്രാവുകളും പറന്നെത്തി മേശപ്പുറത്തു കയറി കൊത്തിപ്പെറുക്കി. അവസാനമായി ഒരു പൊതുസമ്മേളനവും നടത്തി താരപ്പറവകൾ പിരിഞ്ഞപ്പോൾ കാണികൾക്കും പിരിയാതെ തരമില്ലെന്നായി.

ബേർഡ് ഷോ രസകരമായിരുന്നു. ഗാലറി മുക്കാലും നിറഞ്ഞിരുന്നു. ഒരു സങ്കടം മാത്രം. പ്രദർശനം നടക്കുന്ന അരമണിക്കൂറും എനിക്ക് വീൽച്ചെയറിൽതന്നെ ഇരിക്കേണ്ടിവന്നു. ഗാലറിയുടെ പടവിലിരിക്കണമെന്ന് അതിയായി മോഹിച്ചെങ്കിലും സാധിച്ചില്ല.

ക്യാമറ ഏല്പിക്കുമ്പോൾ മധു പ്രത്യേകം പറഞ്ഞിരുന്നു. 'മാത്യൂസിനോട് കഴിയുന്നത്ര ഫോട്ടോ എടുക്കാൻ പറയണം.' അത് അയാളോട് അങ്ങനെതന്നെ പറഞ്ഞെങ്കിലും പുള്ളിക്ക് അതത്ര പിടിച്ചില്ല എന്നുതോന്നി. കുറച്ചു ഫോട്ടോ എടുത്തിട്ട് എന്റെ കൈയിൽ തന്നെ ക്യാമറ തിരിച്ചുതന്നു. വേഴാമ്പലിന്റെ പ്രകടനം ഒപ്പിയെടുത്തു തരണമെന്നു പറഞ്ഞുകൊണ്ട് ക്യാമറ നീട്ടിയപ്പോൾ അത് തന്റെ ഡ്യൂട്ടിയല്ലെന്ന്' അയാൾ എന്നെ ഓർമിപ്പിച്ചെങ്കിലും ഞാൻ വിട്ടില്ല. 'പ്ലീസ്,ഹെൽപ്പ്' എന്നൊക്കെ സോപ്പിട്ട് ക്യാമറ പിടിപ്പിച്ചു. പിന്നെ, ഞങ്ങളെ തിരിച്ചുകൊണ്ടു വിടുവോളം അതയാളുടെ ഡ്യൂട്ടിയായി മാറി.

• ട്രാം ട്രെയിനിൽ ചക്രക്കസേരയിൽ

ഇങ്ങനെ ഒരുപാടുപേരുടെ ഹെൽപ്പ് സ്വീകരിച്ച് ഇതുവരെയെത്തിയ എന്നോടാണോ ഈ സിങ്കപ്പൂർ പൌരന്റെ കളി!

ഇടയ്ക്ക് അമ്മ മൂത്രമൊഴിക്കണമെന്നു പറഞ്ഞു. ഉടനെ അയാൾ മൂത്രപ്പുരയുടെ നേർക്ക് വീൽച്ചെയറുരുട്ടി. വഴിയിൽ വനിതാപോലീസിനെ കണ്ടു. തിരിച്ചുവരുമ്പോൾ ഒരുകൊച്ചു ഷോപ്പ് കണ്ടു. അവിടെ കോഫി കിട്ടും. ശീതളപാനീയങ്ങളും. ഞാനും അമ്മയും കോഫി കുടിച്ചു. മാത്യൂസ് ശീതളപാനീയവും. വരുമ്പോൾ മധു ഞങ്ങളുടെ ചെലവിന് കുറച്ച് ഡോളർ കൈയിൽ തന്നിരുന്നു. കാശ് കൊടുക്കുമ്പോൾ മാത്യൂസ് കോഫിയുടെ പണം മാത്രം എടുത്തു. ശീതളപാനീയത്തിന്റെ കാശ് സ്വന്തം പോക്കറ്റിൽനിന്നെടുത്തു. ജോലിക്കാർക്ക് ടിപ് കൊടുക്കുന്ന സമ്പ്രദായം ഹോട്ടലുകളിൽ പോലും ഇല്ല. സേവനത്തിന് കൃത്യമായ ചാർജ്ജ് ഈടാക്കും.

ഇനി ഒരു ട്രാം ട്രെയിൻ സവാരിയെന്നു കേട്ടപ്പോൾ സന്തോഷിച്ചു. ഇന്നലത്തെ യാത്ര അത്രയ്ക്കങ്ങോട്ട് ഇഷ്ടപ്പെട്ടുപോയി. ഇരുപത് ഹെക്ടറോളം സ്ഥലത്ത് പരന്നുകിടക്കുന്ന പാർക്കിനു ചുറ്റും ട്രാമിൽ സഞ്ചരിക്കാം. ഇന്ന് കാത്തുനിന്നു കാൽ കുഴഞ്ഞില്ല. എന്നെ വീൽച്ചെയറിൽനിന്ന് പൊക്കിയേയില്ല എന്നതുതന്നെ കാരണം. ട്രെയിൻ വന്നുനിന്നപ്പോൾ മാത്യൂസൊരു സാഹസംചെയ്തു. അമ്മ കയറിയ ഉടനെ പിടിച്ചെഴുന്നേല്പിക്കാനൊന്നും മെനക്കെടാതെ വീൽച്ചെയറടക്കം എന്നെ ട്രെയിനിലേക്ക് തള്ളിക്കയറ്റി. ട്രെയിൻ യാത്രയെന്നു കേട്ടപ്പോൾ സന്തോഷത്തോടൊപ്പം 'ഇയാൾ ഒറ്റയ്ക്കെങ്ങനെയാണ് എന്നെ ട്രെയിനിൽ കയറ്റുക' എന്ന ആശങ്കയുമുണ്ടായിരുന്നു. വണ്ടി ഓടിത്തുടങ്ങിയപ്പോൾ എന്റെ സന്തോഷം പറന്നുപോയി. സീറ്റിനു സമാന്തരമായി വീൽച്ചെയർവെച്ചതുകൊണ്ട് എന്റെ കാഴ്ച ഒരു വശത്തേക്ക് മാത്രം ഒതുങ്ങിപ്പോയതാണ് കാരണം. എതിർവശത്തെ കാഴ്ചകളൊക്കെ എന്റെ പിൻഭാഗത്തായിപ്പോയി.

മനോഹരമായ കാഴ്ചകൾ കാണുമ്പോൾ അമ്മ "ദാ..നോക്ക്" എന്നു പറയും.

ഞാനെത്ര കഴുത്ത് തിരിച്ചാലും പിടിതരാതെ അവ പിന്നിലേക്ക് ഓടിമറയും. കഴുത്ത് വേദനിക്കുന്നതും മുൻഭാഗത്തെ കാഴ്ചയുംകൂടി നഷ്ടപ്പെടുന്നതും മിച്ചം എന്നു മനസ്സിലായപ്പോൾ തിരിഞ്ഞുനോക്കൽ നിർത്തി. കിട്ടിയതിൽ സംതൃപ്തിയടഞ്ഞു.

കാവിയുടുത്ത്, നീണ്ട കഴുത്തുകൊണ്ട് കുണുക്കിട്ട്, കാലടികൾ മുങ്ങുന്ന വെള്ളത്തിൽ, ചുള്ളിക്കാലിൽനിന്ന് തപസ്സിലാണ്ട കൊക്കുകൾ. ആ ഇത്തിരിപ്പൊയ്കയിൽ മുങ്ങിപ്പോകാതെ കാലുള്ള

ഉരുളിപോലൊരു പാത്രത്തിൽ തപസ്സുണർന്നാൽ കഴിക്കാനുള്ള വിശിഷ്ടഭോജ്യങ്ങളുണ്ട്. രണ്ടു മൂന്നുപേർ അതിൽ കൊക്കിട്ടിളക്കുന്നുണ്ട്. വർണക്കൊക്കുകളും അരയന്നങ്ങളും വിഹരിക്കുന്ന അരുവിയും തടാകവും അതിൽ പൊങ്ങിനിൽക്കുന്ന തുരുത്തും കാടും കൃത്രിമ വെള്ളച്ചാട്ടങ്ങളും മെല്ലെ പിൻവാങ്ങിക്കൊണ്ടിരുന്നു.. അവയുടെ മനോഹാരിത വാക്കുകൾക്കതീതമാണ്.

മോണോ റെയിൽപ്പാതയുടെ ഇരുവശങ്ങളിലും തിങ്ങിവളരുന്ന വനത്തിൽ പാറിപ്പറക്കുന്ന പക്ഷികൾ. കഴുകനും പരുന്തും കുരുവിയും പേരറിയാത്ത മറ്റുപക്ഷികളും. പച്ചരാശിയുള്ള ജലത്തിനു പശ്ചാത്തലമൊരുക്കിയ പച്ചിലക്കാട്ടിൽ പലവർണങ്ങളായി പറവകൾ പൊങ്ങുകയും താഴുകയും ചെയ്യുന്നു. തേങ്ങയുടെ തൊണ്ടിൽ ഒരുക്കിയ പക്ഷിക്കൂടുകൾ ഒരു ഷെഡിൽ തൂക്കിയിട്ടിട്ടുണ്ട്. കുരുവികൾ അതിനുള്ളിലും പുറത്തുമായി പറന്നുകളിക്കുന്നത് കണ്ടപ്പോഴാണ് അവ കിളിക്കൂടാണെന്നു മനസ്സിലായത്. അവയ്ക്ക് ഭക്ഷണവും ജലവുമൊക്കെ അവിടെ കിട്ടുന്നുണ്ട്. തീറ്റ തേടി പറന്നുപോയി ആപത്തിൽപ്പെടേണ്ട എന്നുവെച്ചിട്ടായിരിക്കാം പക്ഷികൾക്കിങ്ങനെ ആഹാരം വിളമ്പുന്നത്. കൊച്ചുപക്ഷികൾ പാറിപ്പറക്കുന്നതിനും ഒരുപാടുയരത്തിലായി കാടിനെ നേർത്ത കമ്പിവലകൊണ്ട് വലയംചെയ്തിട്ടുണ്ട്. പരുന്ത്, കഴുകൻ തുടങ്ങിയ അക്രമികളുടെ വായിൽനിന്ന് ചെറുപക്ഷികളെ രക്ഷിക്കാനാണത്രേ കമ്പിവലക്കോട്ട നിർമ്മിച്ചത്. താഴെയുള്ള ലോറി ഫീഡിംഗ് ഞങ്ങൾക്ക് അനുഭവിക്കാൻ പറ്റിയില്ല. എന്നെ ഇറക്കി നടത്തിക്കാനുള്ള പ്രയാസംകൊണ്ട് ട്രെയിൻ യാത്ര ഞങ്ങൾ പുറപ്പെട്ട സ്ഥലത്തുതന്നെ തിരിച്ചെത്തുകയാണുണ്ടായത്.

നേരത്തെ ഇത്തിരി ദർശനം കിട്ടിയിരുന്ന പെൻഗ്വിനുകളുടെ മൂലയിലാണ് വീണ്ടുമെത്തിയത്. നട്ടുവളർത്തിയ കാടിന്നരികിൽ വളഞ്ഞുപുളഞ്ഞൊരു കുഞ്ഞുകടലുണ്ടാക്കിയിട്ടുണ്ട്. അതിൽ കെട്ടിപ്പൊക്കിയ തുരുത്തിൽ രണ്ടു വന്മരങ്ങൾ. തുരുത്തിലും ജലാശയത്തിന്റെ അതിർത്തിയിൽ പടുത്തുയർത്തിയ പാറക്കെട്ടുകളിലും അവിടവിടെ മഞ്ഞുരുളുവിയിട്ടുണ്ട്. ഇതൊക്കെയെന്തു മഞ്ഞ് എന്ന മട്ടിൽ പെൻഗ്വിനുകൾ ഉറക്കംതൂങ്ങിയിരിക്കുന്നു. രാവിലെ അവ കുറേക്കൂടി ഉഷാറായിരുന്നു.

കുറെയെണ്ണം തപസ്സിലായിരുന്നെങ്കിലും മറ്റുചിലർ മഞ്ഞുരുകി തണുത്ത വെള്ളത്തിൽ നീന്തിത്തുടിക്കുന്നുണ്ടായിരുന്നു. അതിനിടയിലാണ് ഒരു ബക്കറ്റ് നിറയെ മത്തിയുമായി ഒരാൾ അവർക്കിടയിലേക്ക് പതുക്കെ കയറിയത്. അയാൾ അത് അവർക്കിടയിലേക്ക് വാരിയെറിഞ്ഞെങ്കിലും വലിയ ആക്രാന്തമൊന്നും പെൻഗ്വിനുകൾ

• പെൻഗ്വിനുകൾക്കരികിൽ

കാണിച്ചില്ല. കുറച്ചുപേർ അലസഗമനംചെയ്ത് മീൻ വായിലാക്കി. നീന്തുന്നവരും തപസ്സിൽ മുഴുകിയവരും മൈൻഡ് ചെയ്തേയില്ല. അധ്വാനിക്കാതെ ലഭിച്ച ആഹാരത്തിനു രുചി കുറവായതായിരിക്കാം കാരണം.

സമയം ഉച്ചയായി. കാണാനിനിയുമേറെയുണ്ട്. പക്ഷേ,എന്റെ ദുർബല ശരീരത്തിന് വിധിച്ചിട്ടുള്ളത് തീർന്നു. മാത്യൂസ് ഞങ്ങളെ പുറത്തേക്കു നയിക്കുമ്പോൾ ഞാൻ ഒരാഗ്രഹം പറഞ്ഞു. വരുമ്പോൾ കണ്ട പൂക്കമാനങ്ങൾക്കരികിൽവെച്ച് ഫോട്ടോ എടുത്തുതരണം. മാത്യൂസ് ഒട്ടും പിശുക്ക് കാണിക്കാതെ ജീവൻ തുടിക്കുന്ന അരയന്നപ്പിടകൾ മേയുന്ന പൂങ്കാവനത്തിനരികെ വീൽച്ചെയറുന്തിയെത്തിച്ചു. പൂക്കളെ കണ്ടപ്പോൾ എന്റെ ഉള്ളം താമരപ്പൂപോലെ വിരിഞ്ഞു. പൂക്കൾക്കിടയിലും അരയന്നച്ചുണ്ടുകൾക്കിടയിലും ഇരുത്തി ഇഷ്ടംപോലെ പടമെടുത്തുതന്നു. പൂവള്ളിക്കമാനവുമൊപ്പിത്തന്നു. പൂവള്ളിക്കമാനവും കടന്ന് എന്റെ വീൽച്ചെയർ റോഡിലേക്കിറങ്ങി. എന്നെ അതിൽനിന്ന് ഇറക്കിയിട്ട് മാത്യൂസ് വീൽച്ചെയർ തിരിച്ചേൽപ്പിക്കാൻ പോയി. അയാൾ വണ്ടി എടുത്ത് വരുന്നതുവരെ ഞാൻ വീഴാതിരിക്കാൻ അമ്മയെ പിടിച്ചുകൊണ്ട് റോഡിൽ നിന്നു.

ഞങ്ങളെത്തേണ്ട സ്ഥലം മധു മാത്യൂസിനെ അറിയിച്ചിരുന്നു.

ലിറ്റിൽ ഇന്ത്യയിലെ കോപ്പർ ചിമ്മിനി എന്ന ഉത്തരേന്ത്യൻ ഹോട്ടലിൽ. അവിടെ മനമോനും മധുവും ഞങ്ങളെ കാത്തു നിൽപ്പുണ്ടായിരുന്നു. സിങ്കപ്പൂർ നദിയുടെ കിഴക്കുവശത്തായി സിങ്കപ്പൂരിൽ തന്നെയുള്ള ഒരു കുഞ്ഞ് ഇന്ത്യയാണ് ലിറ്റിൽ ഇന്ത്യ. ഇന്ത്യക്കാർ, പ്രത്യേകിച്ച് ,തമിഴ് വംശജർ തിങ്ങിപ്പാർക്കുന്ന സ്ഥലം. മുമ്പിത് ഒരു കന്നുകാലിച്ചന്തയായിരുന്നുവത്രേ. അതുകൊണ്ടാണ് അവിടെയൊരു റോഡിന് ബുഫാളോ റോഡ് എന്നു പേരുവന്നതുപോലും. ഇന്ത്യയിൽ കിട്ടുന്ന എല്ലാ സാധനങ്ങളും ലിറ്റിൽ ഇന്ത്യയിൽ കിട്ടും. മസാലദോശയും വടയും ചമ്മന്തിയും കിട്ടുന്ന നല്ല ഹോട്ടലുകളും ഇവിടെയുണ്ട്. കഴിഞ്ഞ ദിവസങ്ങളിൽ ഞങ്ങളുടെ രാത്രി ഭക്ഷണം ഇവിടെനിന്നാണല്ലോ വാങ്ങിയിയിരുന്നത്. സിങ്കപ്പൂരിലെ ഏറ്റവും വലിയ ഷോപ്പിംഗ് കോംപ്ലക്സായ മുസ്തഫ സെന്റർ ലിറ്റിൽ ഇന്ത്യയിലാണ്. 24മണിക്കൂറും പ്രവർത്തിക്കുന്ന സിങ്കപ്പൂരിലെ സൂപ്പർ മാർക്കറ്റാണ് മുസ്തഫ ഷോപ്പിംഗ് സെന്റർ. മുസ്താക് അഹമ്മദ് എന്ന ഇന്ത്യൻ വ്യാപാരിയാണ് ഇത് സ്ഥാപിച്ചത്. സിങ്കപ്പൂരിലെ മലയാളികളും മറ്റ് ഇന്ത്യക്കാരുമെല്ലാം സന്ദർശിക്കുന്ന സ്ഥലമാണ് ലിറ്റിൽ ഇന്ത്യ. അതുകൊണ്ട് അവിടെയെപ്പോഴും തിരക്കാണ്.

ഇന്ത്യക്കാരുടെ ആരാധനാലയങ്ങളും ഇവിടെയുണ്ട്. ശ്രീ. വീരമ്മ കാളിയമ്മൻ ക്ഷേത്രവും അബ്ദുൽ ഗഫൂർ മോസ്കും സിഖ് ഗുരുദ്വാരയും ഇന്ത്യക്കാരുടെ ആരാധനാലയങ്ങളാണ്. ശ്രീ. വീരമ്മകാളിയമ്മൻ സിങ്കപ്പൂരിലെ ഏറ്റവും പഴക്കമുള്ള ക്ഷേത്രമാണ്. 1886ൽ അതിന്റെ പുതുക്കിപ്പണിയൽ പൂർത്തിയായി. ചൊവ്വ, വെള്ളി, ഞായർ ദിവസങ്ങളിൽ ഇവിടെ തിരക്ക് കൂടും. സെരംഗൂൺ റോഡ് ലിറ്റിൽ ഇന്ത്യയുടെ മധ്യത്തിലൂടെ കടന്നുപോകുന്നു.

ആദ്യകാലത്ത് ഇന്ത്യയിൽനിന്ന് സിങ്കപ്പൂരിലെത്തിയ വ്യാപാരികൾ ഈ റോഡിനു ചുറ്റുമായി ഷോപ്പുകളും വ്യാപാരസ്ഥാപനങ്ങളും കെട്ടിപ്പടുത്തു. ബ്രിട്ടീഷ് ഗവണ്മെന്റ് ഇന്ത്യയിൽനിന്ന് കൊണ്ടുവന്ന തൊഴിലാളികളും പട്ടാളക്കാരും ഇവിടെ ഒത്തുകൂടി. കാലക്രമേണ ഇവിടം ഒരു കൊച്ച് ഇന്ത്യയായി മാറി.

ഇതുപോലെയൊരു ചൈനാ ടൌണും സിങ്കപ്പൂരിലുണ്ട്. ആദ്യകാല ചൈനീസ് കുടിയേറ്റക്കാർ കച്ചവടക്കാർ ആയിരുന്നെങ്കിലും ബ്രിട്ടൻ സിങ്കപ്പൂരിൽ വാണിജ്യകേന്ദ്രം സ്ഥാപിച്ചപ്പോൾ കൂടുതൽ ചൈനക്കാർ തൊഴിലവസരങ്ങൾ തേടി സിങ്കപ്പൂരിലെത്തി. ഇപ്പോൾ സിങ്കപ്പൂർ ജനസംഖ്യയുടെ 73ശതമാനത്തോളം പേർ ചൈനക്കാരാണ്. സിങ്കപ്പൂർ നദിക്കടുത്തായി ചൈനക്കാർ വാസമുറപ്പിച്ച പ്രദേശം വികസിച്ച് ഇപ്പോൾ ചൈനാടൌൺ എന്നറിയപ്പെടുന്നു.

അവിടെ സന്ദർശകരെ ആകർഷിക്കുന്ന പഴയ ചൈനീസ് ഷോപ്പ് ഹൌസുകളുണ്ട്. വൈവിദ്ധ്യമാർന്ന ചൈനീസ് സുവനീറുകളും പെയിന്റിംഗുകളും കരകൌശലവസ്തുക്കളും മരുന്നുകളും മറ്റ് വിഭവങ്ങളുമൊക്കെ അവിടെ കാണാം, വാങ്ങാം. വ്യത്യസ്ത മതവിഭാഗങ്ങളുടെ പ്രധാനപ്പെട്ട ആരാധനാലയങ്ങളുമിവിടെയുണ്ട്. ഇന്ത്യക്കാർ ആരാധനയ്ക്കെത്തുന്ന ശ്രീ. മാരിയമ്മൻ ക്ഷേത്രം ഇവിടെയാണ് സ്ഥിതിചെയ്യുന്നത്. സിങ്കപ്പൂരിലെ പഴക്കമേറിയ ഹിന്ദു ദേവാലയമാണത്. കുറെ മോസ്ക്കുകളും ഇവിടെയുണ്ട്. യാതൊരു അലോസരവും കൂടാതെ അവിടെയൊക്കെ ആരാധന നടത്താം.

ഹോളണ്ട് വില്ലേജ്, അറബ് സ്ട്രീറ്റ്, മലായ് പാരമ്പര്യമുള്ള കാംപോങ് ഗ്ലാം, തുടങ്ങി വ്യത്യസ്ത സംസ്കാരങ്ങൾക്കും വേരോട്ടമുള്ള വ്യാപാരകേന്ദ്രങ്ങൾ സിങ്കപ്പൂരിലുണ്ട്. മൊത്തത്തിൽ ലോകത്തിന്റെ ഒരു ചെറുപതിപ്പായി വളർന്നിരിക്കുകയാണ് ഈ കൊച്ചുദ്വീപ് എന്ന് പറയാം..

ഹോട്ടലിൽനിന്ന് നെയ്ച്ചോറും ചിക്കനും മൽസ്യക്കറിയും അപ്പവുമൊക്കെയടങ്ങിയ സുഭിക്ഷമായ ഭക്ഷണം കഴിച്ചു. എത്ര നിർബ്ബന്ധിച്ചിട്ടും മാത്യൂസ് ഞങ്ങൾക്കൊപ്പം ഭക്ഷണം കഴിച്ചില്ല. അദ്ദേഹത്തിന്റെ പ്രൊഫഷനൽ എത്തിക്സ് അതിന് സമ്മതിക്കുന്നില്ല. പച്ചവെള്ളം പോലും അദ്ദേഹം സഞ്ചാരികളുടെ ചെലവിൽ കഴിക്കില്ല. ഞങ്ങളെ അവിടെ ഇരുത്തിയിട്ട് മനുവും മധുവും ഒന്ന് പുറത്തേക്ക് പോയി. അവർ തിരിച്ചുവരുന്നതുവരെ ഞങ്ങൾ ആ ഹോട്ടലിലിരുന്നു. കുറച്ചു പ്രായമായ രണ്ടു സ്ത്രീകൾ ഹോട്ടലിന്റെ ഗേറ്റ് പെയിന്റടിക്കുന്നത് കണ്ടു. അവിടെയുള്ള സ്ത്രീകൾ എല്ലാ ജോലികളും ചെയ്യും. ജോലിചെയ്യുന്നതിന് പ്രായവും ഒരു പ്രശ്നമല്ല. ഏതുസമയത്തും സുരക്ഷിതമായി ജോലിസ്ഥലത്തും താമസസ്ഥലത്തും സഞ്ചരിക്കാൻ അവർക്ക് കഴിയുമല്ലോ.

വിൻഡ്സർ ഹോട്ടലിലെ ഹൌസ് കീപ്പർ ലീന എന്ന ചൈനക്കാരിയെ ഞങ്ങൾ പരിചയപ്പെട്ടിരുന്നു. കക്ഷിയുടെ പ്രായം എഴുപതിനടുത്ത് വരും. ഈ പ്രായത്തിലും അവർ ചുറുചുറുക്കോടെ ജോലിചെയ്യുന്നതു ഞാൻ അത്ഭുതത്തോടെ നോക്കിനിൽക്കാറുണ്ട്. വീൽച്ചെയർ ഉരുട്ടുന്നതും വൃത്തിയാക്കുന്നതും പൂന്തോട്ടം നനക്കുന്നതുമെല്ലാം അറുപത് കഴിഞ്ഞവർ തന്നെ. നമ്മുടെ നാട്ടിലും കാർഷികവൃത്തിയിലേർപ്പെടുന്നവരുടെ റിട്ടയർമെന്റ് തീരെ വയ്യാതാകുമ്പോഴാണല്ലോ. നാരായണിയേടത്തിയും തമ്പായിയമ്മയും കുരാച്ചിയമ്മയും മുള്ളിക്കമ്മയും മറ്റും അങ്ങനെ തൊഴിൽ മേഖലയിൽനിന്ന് പിൻവാങ്ങിയവരല്ലേ. അപ്പോൾ അവരുടെ പ്രായം എഴുപതോ,

എൺപതോ ഒക്കെയായിരിക്കാം.

ഞങ്ങൾക്ക് പോകേണ്ട ഫ്ലൈറ്റ് രാത്രിയാണ്. ഇനിയും സമയമുണ്ട്. അച്ഛൻ മനുവിന്റെ താമസസ്ഥലത്തുണ്ട്. കൊച്ചുമകന്റെ ഭാര്യ വെച്ചുകൊടുത്ത കഞ്ഞികുടിച്ചപ്പോൾ അച്ഛന്റെ അസുഖം പറപറന്നു. ഇപ്പോൾ ഉഷാറായിരിക്കുന്നു. അവിടെനിന്നും അച്ഛനെ കൂടെ കൂട്ടണം.

മധു പറഞ്ഞു. "നീ വണ്ടിയിൽ തന്നെയിരുന്നാൽ മതി. അമ്മ പെട്ടെന്ന് കയറി വീട് കണ്ടോട്ടെ."

ഞാൻ സമ്മതിച്ചു. മനു താമസിക്കുന്നത് ബെഡോക്കിലാണ്. സെക്കന്റ് ഫ്ലോറിലാണ് അവന്റെ ഫ്ലാറ്റ്. അത്രയും പടികൾ കയറുന്നത് പ്രയാസമാകും എന്നു വിചാരിച്ചാണ് ഞാൻ വണ്ടിയിൽ തന്നെ ഇരുന്നാൽ മതിയെന്നു പറഞ്ഞത്.

മനുവിന്റെ താമസസ്ഥലത്തെത്തി. ബെഡോക്ക് റിസർവോയർ വ്യൂ എന്ന മഞ്ഞച്ചായം തേച്ച കെട്ടിടം തലയുയർത്തിപ്പിടിച്ച് നിൽക്കുന്നു. മൂന്നാം നിലയുടെ ജനാലയിൽക്കൂടി രേഷ്മ കൈ വീശിക്കാണിച്ചു. ഞങ്ങൾ അവിടെ ഇറങ്ങുന്നില്ലെന്നാണ് അവൾ ധരിച്ചതെന്ന് തോന്നുന്നു.

അവിടെ എത്തിയപ്പോൾ എനിക്കും ഉറക്കെ പറയാൻ ആവാത്ത ഒരു മോഹം. 'മനുമോന്റെ വീട്ടിലൊന്നു കയറണം.'

ഞാനത് മനസ്സിലാണ് പറഞ്ഞതെങ്കിലും എന്റെ അമ്മ അതറിഞ്ഞു. "മുറ്റംവരെ എത്തിയിട്ട് ഓളെ കയറ്റാതിരുന്നാൽ സങ്കടാവും."

അമ്മ എങ്ങനെയാണ് എന്റെ ഉള്ളിലെ മോഹമറിഞ്ഞതെന്ന് എനിക്കറിയില്ല. അമ്മ തീരുമാനിച്ചുകഴിഞ്ഞു. "എല്ലാർക്കുംകൂടി പിടിച്ചുകേറ്റാം."

മനു വന്ന് കൈക്ക് പിടിച്ചപ്പോൾ ഞാൻ പറഞ്ഞു. "മോൻ പിടിക്കാനുണ്ടായാൽ ഞാൻ എവിടെയും കയറും."

മനു അനിയത്തിയുടെ മൂത്ത മോനാണ്. പേര് അനീഷ് എന്നാണെങ്കിലും ഞങ്ങൾ ഓമനിച്ചു വിളിക്കുന്നത് മനുമോൻ എന്നാണ്. ഭർത്താവും മക്കളും ഇല്ലാത്ത എനിക്ക് സഹോദരങ്ങളുടെ മക്കൾ സ്വന്തം മക്കൾ തന്നെയാണ്.

ഞങ്ങളെ അവിടെ ഇറക്കിയിട്ട് മാത്യൂസ് അഞ്ചുമണിക്ക് എത്താമെന്ന് പറഞ്ഞു സ്ഥലംവിട്ടു. എത്ര നിർബ്ബന്ധിച്ചിട്ടും അയാൾ വീട്ടിൽ കയറിയില്ല. അയാളുടെ സമയം വളരെ വിലപിടിച്ചതാണ്.

മറ്റുള്ളവരുടെ സഹായത്തോടെ ഞാൻ പടികളൊന്നൊന്നായി

കയറി മൂന്നാം നിലയിലെത്തി. മെർലിൻ ടവറിനു മുകളിൽ കയറിയ പ്രയാസമൊന്നും ഇവിടെ എത്താൻ ഇല്ല എന്നോർക്കുകയുംചെയ്തു. വരാന്തയിൽനിന്നുള്ള കാഴ്ച അതിമനോഹരംതന്നെ. നിശ്ചിത അകലത്തിൽ വരിവരിയായി മരങ്ങൾ വളർന്നുനിൽക്കുന്ന വിശാലമായ പാർക്ക്. രണ്ടുപേർ പാർക്കിൽ വീഴുന്ന കരിയിലകൾ അടിച്ചുവാരി വൃത്തിയാക്കുന്നുണ്ട്.

"ഇന്നലെ മഴപെയ്തു." മനു പറഞ്ഞു.

അവിടെ മഴക്കാലത്തു മാത്രമല്ല, ഇടയ്ക്കിടെ മഴപെയ്യും. ചിലപ്പോൾ നല്ല മഴയുമുണ്ടാകും. വർഷത്തിന്റെ ഏതാണ്ട് പകുതിക്കാലവും ഇടിവെട്ടി മഴപെയ്യും. ലോകത്ത് കൂടുതൽ മിന്നലേൽക്കുന്ന രാജ്യങ്ങളിലൊന്നാണ് സിങ്കപ്പൂർ. അവിടെ പെയ്യുന്ന മഴയുടെ ഒരു പ്രത്യേകത മഴത്തുള്ളികൾക്ക് അസാമാന്യ വലിപ്പമുണ്ടായിരിക്കുമെന്നതാണ്. പെട്ടെന്ന് ചരൽ വാരിയെറിയുന്നതുപോലെ മഴപെയ്യും. ആലിപ്പഴം വീഴുകയാണെന്ന് തോന്നും. അതുകേട്ടപ്പോൾ ഓർമ്മ ഒരു നിമിഷം കുട്ടിക്കാലത്തേക്ക് പറന്നുപോയി. എപ്പോഴാണ് ആദ്യമായി ആലിപ്പഴം വീഴുന്നത് കണ്ടത്? ഇറയത്തിരുന്നു മഴ കാണുന്ന കുട്ടി പെട്ടെന്ന് അമ്പരന്നു. ആരോ മുറ്റത്തേക്ക് കൽക്കണ്ടം വാരിയെറിയുകയാണല്ലോ. ഓടിച്ചെന്നെടുക്കാൻ കൊതിച്ചെങ്കിലും ആവതില്ലാത്തവൾ അമ്മയെ ഉറക്കെ വിളിച്ചു. അമ്മ ഓടിവന്ന് മഴയത്തിറങ്ങി പെറുക്കിയെടുത്ത് ഓട്ടുകിണ്ണത്തിലെ തണുത്ത വെള്ളത്തിലിട്ട് മകളുടെ മുന്നിലേക്ക് നീക്കിവെച്ചത് കൽക്കണ്ടമായിരുന്നില്ല. ആലിപ്പഴമായിരുന്നു. അവളത് കൈയിലെടുത്ത് ആഹ്ലാദത്തോടെ കണ്ണിൽ വെച്ചു.

പാർക്കിനപ്പുറം വിശാലമായ ജലാശയം കണ്ടു. എന്താണെന്ന് മനസ്സിലായില്ല. പുഴയോ, കായലോ?

പോകാൻ ഇറങ്ങുമ്പോൾ താഴെ പാർക്കിലിരിക്കണം എന്നു തീരുമാനിച്ചു.

ഞങ്ങൾ വീട്ടിനുള്ളിലേക്ക് കടന്നു. രണ്ടു ബെഡ് റൂം, സെൻട്രൽ ഹാൾ, അടുക്കള, വർക്ക് ഏരിയ ഒക്കെയുള്ള തരക്കേടില്ലാത്ത വീടാണ്. സോഫ, കട്ടിൽ തുടങ്ങിയ ഫർണിച്ചർ ഉണ്ട്. രണ്ടുപേർക്കത് ധാരാളമാണ്. അല്ലെങ്കിലും പൌരന്മാരുടെ പാർപ്പിടവിഷയത്തിൽ സിങ്കപ്പൂർ വളരെ ശ്രദ്ധപതിപ്പിക്കാറുണ്ട്. താമസിക്കാൻ ഇടമില്ലാതെ ആരും സിങ്കപ്പൂരിൽ കഷ്ടപ്പെടില്ല. എല്ലാവർക്കും വേണ്ട വീടുകൾ അവിടെയുണ്ട്. അവിടെ രണ്ടുതരത്തിലുള്ള പാർപ്പിടസംവിധാനമുണ്ട്. ഹൌസിംഗ് ഡെവലപ്മെന്റ് ബോർഡ് (HDB) ഒരുക്കിയിട്ടുള്ള

ഹൌസ് എസ്റ്റേറ്റുകളിലാണ് എൺപത് ശതമാനംപേരും താമസി ക്കുന്നത്. വ്യക്തികൾക്ക് എച്ച്.ഡി.ബി. വീടുകൾ തൊണ്ണൂറ്റിയൊമ്പത് വർഷത്തെ പാട്ടത്തിനെടുത്ത് താമസിക്കാം.

ബാക്കി ഇരുപത് ശതമാനം പ്രൈവറ്റ് കോണ്ടോമിനിയം (condominiyum) ഫ്ലാറ്റ് സംവിധാനത്തിൽ ആണ് പാർപ്പിടം കണ്ടെത്തുന്നത്. കമ്പനികൾ ലേലത്തിൽ വാങ്ങിയ സ്ഥലത്ത് അവർ കെട്ടിടം പണിയിക്കും. അവർ ഫ്ലാറ്റുകൾ വിൽക്കുമ്പോൾ വ്യക്തികൾക്ക് ഫ്ലാറ്റ് വിലയ്ക്ക് വാങ്ങി സ്വന്തമാക്കാം. അപ്പോൾ ഫ്ലാറ്റ് വാങ്ങിയവരുടെയും അടിത്തറ കമ്പനിയുടെയുമായിരിക്കും. ഇവിടെ ഒരു നിബന്ധനയുണ്ട്. സിങ്കപ്പൂരിയൻസിനും പെർമനന്റ് റസിഡന്റ് ഹോൾഡർ(PR) ആയ വിദേശികൾക്കും മാത്രമേ ഇങ്ങനെ എച്ച്.ഡി.ബി. ഫ്ലാറ്റ് വാങ്ങാൻ പറ്റൂ. ഇങ്ങനെ ഫ്ലാറ്റ് സ്വന്തമാക്കിയവർക്ക് ലീസ് കുറഞ്ഞുകിട്ടും എന്നൊരു മെച്ചമുണ്ട്. HDBയിൽനിന്നും പുതിയ വീട് നേരിട്ട് വാങ്ങുന്ന ആൾക്ക് 21 വയസ്സ് പൂർത്തിയാവുകയും കുടുംബമു ണ്ടായിരിക്കുകയും വേണം. സിങ്കപ്പൂർ ഗവണ്മെന്റ് അവിടുത്തെ പൌര ന്മാർക്കു വേണ്ടി ഒരുക്കുന്ന കുറഞ്ഞ ചെലവിലുള്ള താമസസൌകര്യം സ്വന്തമാക്കാൻ താൽക്കാലികതാമസക്കാരായ വിദേശികൾക്ക് സാധ്യമല്ല. അവർക്ക് വേണമെങ്കിൽ പ്രൈവറ്റ് കോണ്ടോമിനിയം സംവിധാനത്തിൽ വലിയ വില നൽകി ഫ്ലാറ്റ് വാങ്ങാം.

മനു താമസിക്കുന്നത് HDB ഫ്ലാറ്റിലാണ്. ഓരോ ബ്ലോക്കിന്റേയും താഴെ തുറന്ന സ്ഥലമുണ്ടാവും കുട്ടികൾക്ക് കളിക്കാനും മുതിർന്നവ ർക്ക് ഒത്തുചേരാനും വിവാഹസൽക്കാരങ്ങളും മറ്റ് ആഘോഷങ്ങളു മൊക്കെ നടത്താനുള്ള സൌകര്യവും ഇവിടെയുണ്ട്.

അച്ഛൻ സുഖമായിരിക്കുന്നു. സന്തോഷവും സുരക്ഷിതത്വവും മുഖത്ത് കളിയാടുന്നുണ്ട്. ചീനൻ ഡോക്ടറെ കാണിച്ചപ്പോൾ പ്രശ്ന മൊന്നുമില്ല എന്നു പറഞ്ഞു. ഭക്ഷണം പിടിക്കാത്തതുതന്നെ അസു ഖത്തിന് കാരണം. ഡോക്ടർ അത്യാവശ്യം വേണ്ട മരുന്നുമാത്രം നൽകി. അവിടെ അല്ലെങ്കിലും ഡോക്ടർമാർ ഹെവി ഡോസ് മരു ന്നൊന്നും നൽകില്ല. അതും മെഡിക്കൽ ഷോപ്പിൽ വാങ്ങാൻ കിട്ടില്ല. ആശുപത്രിയിലെ റിസപ്ഷനിൽനിന്ന് വാങ്ങണം. ഏതാണ്ട് ശ്രീ കണ്ഠാപുരത്തെ പാവങ്ങളുടെ ഡോക്ടർ എന്നറിയപ്പെടുന്ന മുഹമ്മദ് ഡോക്ടറുടെ ചികിത്സപോലെതന്നെ. അദ്ദേഹം ഒരിക്കലും പുറത്തു നിന്ന് വാങ്ങാനുള്ള മരുന്നെഴുതാറില്ല. ഓരോ രോഗിക്കും സ്വന്തം കൈകൊണ്ട് മരുന്ന് നൽകും. അതായിരിക്കും അദ്ദേഹത്തിന്റെ കൈപ്പുണ്യത്തിന്റെ രഹസ്യവും.

അച്ഛൻ വീട്ടിൽ തിരിച്ചെത്തിയതുപോലെ ഇരുന്ന് ടി.വി. കാണുകയാണ്. ഏഷ്യാനെറ്റിൽ സ്ഥിരം രാത്രിയിൽ കാണുന്ന സീരിയൽ. നമ്മുടെ സമയത്തിൽനിന്നു സിങ്കപ്പൂർ സമയത്തിന് രണ്ടര മണിക്കൂർ വ്യത്യാസമുണ്ട്. വീട്ടുവിശേഷവും നാട്ടുവിശേഷവും പറയുമ്പോഴേക്കും ചായ എത്തി. ചായകുടിച്ച് താഴേക്കിറങ്ങി. നേരത്തെ മനസ്സിൽ കണ്ടുവെച്ച സ്ഥലം, ഒരു മാവിനുചുറ്റും കെട്ടിയുണ്ടാക്കിയ സിമന്റ് ബെഞ്ചിൽ ഇരുന്നു.

എന്തൊരു കുളിർമയാണിവിടെ!

തഴച്ചുവളരുന്ന മരങ്ങൾക്കപ്പുറം വിശാലമായ ഒരു ജലാശയം. ബെഡോക് റിസർവോയർ. അതൊരു കൃത്രിമതടാകമാണ്. അതിൽ മുമ്പ് ബോട്ട് സർവീസ് ഉണ്ടായിരുന്നത്രേ. ഇപ്പോൾ റിസർവോയറിൽ വാട്ടർ സ്പോർട്സ് മാത്രം നടത്താറുണ്ട്. ഏതാനും മരണങ്ങളും ഈ തടാകത്തിൽ ഉണ്ടായിട്ടുണ്ടത്രേ. അവ ആത്മഹത്യകളായിരിക്കാനാണ് സാധ്യത എന്നറിഞ്ഞു.

അവിടെ കുറേ സൈക്കിൾ നിരത്തിവെച്ചിരിക്കുന്നതു കണ്ടു. ആവശ്യത്തിനു പൊതുഗതാഗത സൌകര്യമേർപ്പെടുത്തിയിട്ടുള്ള സിങ്കപ്പൂരിൽ സൈക്കിൾ ഉപയോഗിക്കുന്നുണ്ട് എന്നു മനസ്സിലായി. സെന്റോസയിൽവെച്ച് സൈക്കിൾ ചവിട്ടുന്ന പെൺകുട്ടിക്കൊപ്പം കിന്നാരംപറഞ്ഞു നടക്കുന്ന ചെറുപ്പക്കാരനെ കണ്ടത് ഓർത്തു. അവർ കമിതാക്കളാണെന്ന് തീർച്ചയില്ലെങ്കിലും അങ്ങനെ വിശ്വസിക്കാനാണ് എനിക്കിഷ്ടം. ആരോഗ്യവും ഇന്ധനവും ലാഭിക്കുന്ന സൈക്കിളിനു നിയന്ത്രണമേർപ്പെടുത്തേണ്ട കാര്യമില്ലല്ലോ. കുട്ടികളും മറ്റും പാർക്കിൽ സൈക്കിളിംഗ് നടത്താറുണ്ടത്രെ.

ഞങ്ങളിരുന്ന മാവിൻതടത്തിൽ നീണ്ട കമ്പിയിൽ നാട്ടിയിരിക്കുന്നതൊരു തക്കീതാണല്ലോ. മാങ്ങ പറിക്കാൻ കൈയുർത്തി നിൽക്കുന്ന മനുഷ്യന്റെ ചിത്രത്തിനു താഴെ 1000 ഡോളർ പിഴയെന്നും എഴുതിയിരിക്കുന്നു. മാങ്ങ പറിച്ചാൽ ആയിരം ഡോളർ പിഴയോ! 'കള്ളർക്കായിരം, പിള്ളർക്കായിരം, ഉടയോന് പന്തീരായിരം' എന്ന ചൊല്ല് സിങ്കപ്പൂരിന് അറിയില്ലെന്നുതോന്നി. എങ്ങനെ അറിയാനാണ്! അവിടെ കള്ളന്മാരില്ല. മാങ്ങ പറിക്കാൻ കല്ലും കവിണയുമെടുത്ത് പിള്ളേരും വരില്ല. അഥവാ, വന്നാൽ ആയിരം ഡോളർ പിഴയടക്കേണ്ടി വരും. വെറുതെയാണോ സിങ്കപ്പൂരിൽനിന്നും വാങ്ങുന്ന ടി ഷർട്ടിൽ സിങ്കപ്പൂർ ഈസ് എ ഫൈൻ സിറ്റി (Singapore is a fine city) എന്നെഴുതിയിരിക്കുന്നത്. മാലിന്യം വലിച്ചെറിഞ്ഞാൽ, ച്യൂയിംഗം ചവച്ചാൽ, കക്കൂസിൽ വെള്ളമൊഴിക്കാൻ മറന്നാൽ, പൊതുസ്ഥലത്ത് പുകവലിച്ചാൽ ഒക്കെ ഫൈനടക്കേണ്ടി വരും.

തൊട്ടതിനും പിടിച്ചതിനുമൊക്കെ ഫൈൻ അടക്കേണ്ടി വരുമ്പോൾ ഫൈൻ എന്ന വാക്കിലെ 'വൃത്തി' മറന്ന് 'പിഴ' എന്നെടുത്താൽ കുറ്റം പറയാനൊക്കുമോ? എങ്കിലും സിങ്കപ്പൂരിനെ 'ഫൈൻ സിറ്റി' യാക്കുന്നത് ഈ ഫൈൻ തന്നെയല്ലേ?

പിന്നെ, ഉടയോൻ സർക്കാർ തന്നെയാണല്ലോ. ഇവിടെ വീടും സ്ഥലവുമെല്ലാം സർക്കാരിന്റേതാണ്. വ്യക്തികൾ വീടും ഭൂമിയുമൊക്കെ തൊണ്ണൂറ്റൊമ്പത് വർഷംവരെ പാട്ടത്തിനെടുക്കും. പിന്നെ ആവശ്യമെങ്കിൽ പാട്ടം പുതുക്കാം. ഭൂമിയുടെ ഉടമസ്ഥാവകാശം സർക്കാരിൽ നിക്ഷിപ്തമായതുകൊണ്ട് ഇവിടെ സ്വകാര്യവ്യക്തികളുടെ അത്യാർത്തി ഭൂമിയെ പരിക്കേൽപ്പിക്കുന്നില്ല.

നമുക്ക് ഇതൊന്ന് പരീക്ഷിച്ചാൽ ഭൂമാഫിയയുടെ വിളയാട്ടം അവസാനിപ്പിച്ച് അവശേഷിക്കുന്ന കുന്നുകളെയെങ്കിലും രക്ഷിക്കാൻ കഴിയുമായിരുന്നു. കൈവശമുള്ള ഭൂമിയും സ്വത്തുമൊന്നും ആരും വിട്ടുകൊടുക്കില്ലെന്ന് അറിഞ്ഞുകൊണ്ടുതന്നെ വെറുതെയൊരു മോഹം പറഞ്ഞതാണ്.

ഇങ്ങനെ പ്രകൃതിയെ ഒട്ടും നോവിക്കാതെ വികസനപ്രവർത്തനങ്ങൾ സാധ്യമാവുന്നത് ഭൂമിയുടെ ഉടമസ്ഥാവകാശം സർക്കാരിനായതുകൊണ്ടാണ്.

പാർക്കിൽ അങ്ങിങ്ങ് വീണുകിടക്കുന്ന കരിയിലകൾ പുൽപ്പരപ്പിന്റെ പച്ചപ്പിൽ കറുത്ത പൊട്ടുകൾപോലെ കാണപ്പെട്ടു. കുറച്ചുകൂടി

സൌകര്യമുള്ള സ്ഥലത്തേക്ക് മാറാൻ ഉദ്ദേശിക്കുന്നുവെന്ന് മനുമോൻ നേരത്തെ പറഞ്ഞിരുന്ന ഇത്ര മനോഹരമായ സ്ഥലത്തുനിന്ന് എന്തിനു മാറുന്നുവെന്ന് ഞാനത്ഭുതപ്പെട്ടു.

രേഷ്മ ഓരോ വിശേഷങ്ങൾ പറഞ്ഞുകൊണ്ട് എനിക്ക് കൂട്ടിരുന്നപ്പോൾ മറ്റുള്ളവർ പാർക്കിലോടികളിച്ചു. അവർ ഫോട്ടോ എടുത്തെടുത്ത് അകലേക്ക് പോയി. കായലരികത്തിരുന്ന കുഞ്ഞോളങ്ങളോടു കിന്നാരം പറയനാകാത്തതിലൊരു കുഞ്ഞുനൊമ്പരം എന്റെ ഉള്ളിൽ മുള പൊട്ടി. അത്രയും ദൂരം നടക്കാൻ എന്റെ കാലിനുശേഷിയും ഇപ്പോൾ സമയവും കുറവാണ്. ഇത്ര മനോഹരമായ പാർക്കിൽ ആരും വരാറില്ലേ എന്നന്വേഷിച്ചപ്പോൾ രേഷ്മ മറ്റൊരു ബ്ലോക്ക് ചൂണ്ടിക്കാട്ടിയിട്ടു പറഞ്ഞു.

“അവിടെ പെയിന്റടിക്കുന്നതുകൊണ്ട് ഇപ്പോൾ പക്ഷികളെയും കൊണ്ട് ആളുകൾ വരുന്നില്ല. അല്ലെങ്കിൽ തത്തയെയും മറ്റ് വളർത്തു പക്ഷികളെയും കൊണ്ട് ഞായറാഴ്ചകളിൽ ആൾക്കാരെത്തും. എന്നിട്ട് കൂട് ആ കെട്ടിടത്തിന്റെ ഹാളിൽ തൂക്കിയിടും. അവർക്ക് മിണ്ടാനും പറയാനും.”

അവരെന്നുവെച്ചാൽ പക്ഷികൾ. കൂട്ടിൽ വളർത്തുന്ന പക്ഷികൾക്കും വേണ്ടേ ഒരുല്ലാസമൊക്കെ. സ്വന്തക്കാരെ കാണാനും മിണ്ടാനും ആഴ്ചയിൽ അവർക്കുമൊരു ദിവസം. കൂട്ടിലിരുന്നുകൊണ്ട് കലപിലാ സംസാരിക്കുന്ന പക്ഷികളെ സങ്കൽപ്പിച്ചുനോക്കി. എന്തായിരിക്കും അവർ പരസ്പരം സംസാരിക്കുക? തങ്ങളെ കൂട്ടിലടച്ച മനുഷ്യന്റെ കുറ്റവും കുറവുമല്ലാതെ മറ്റെന്താകാൻ! ആ ക്രൂരത അവരെങ്ങനെ പൊറുക്കും!

അവർ മാത്രമങ്ങനെ ഫോട്ടോയെടുത്താൽ പോരല്ലോ. രേഷ്മയോട് പോയി അവരെ വിളിക്കാൻ ആവശ്യപ്പെട്ടു. മധു അടുത്തെത്തി ഇഷ്ടംപോലെ എന്റെ ഫോട്ടോയുമെടുത്തു. മതിയായപ്പോൾ എന്നെ വരാന്തയിൽ അച്ഛന്റെ സമീപം ഒരു കസേരയിട്ട് ഇരുത്തി. സിങ്കപ്പൂരിൽ ഏറെയും ഹൌസ് ഷോപ്പുകളാണ് താമസത്തിന് ഉപയോഗിക്കുന്നത്. മിക്ക കെട്ടിടങ്ങളുടെയും ഗ്രൌണ്ട് ഫ്ലോർ ഷോപ്പിംഗ് കോംപ്ലക്സായിരിക്കും. അവിടെ ഒരുപാട് ഫുഡ് സ്റ്റാളുകളുണ്ട്. പല രാജ്യങ്ങളിലെ വിഭവങ്ങൾ ലഭിക്കുന്ന വ്യത്യസ്ത സ്റ്റാളുകളിൽനിന്നും ഇഷ്ടമുള്ള ഭക്ഷണം വാങ്ങി മധ്യഭാഗത്തുള്ള വിശാലമായ ഫുഡ് കോർട്ടിൽ ഒന്നിച്ചിരുന്നു കഴിക്കാം.

ചൈനക്കാരൊന്നും വീട്ടിൽ ഭക്ഷണം പാകംചെയ്യാറില്ലത്രെ. ജോലി കഴിഞ്ഞ് കുടുംബസമേതം ഗ്രൌണ്ട് ഫ്ലോറിലെ ഫുഡ്

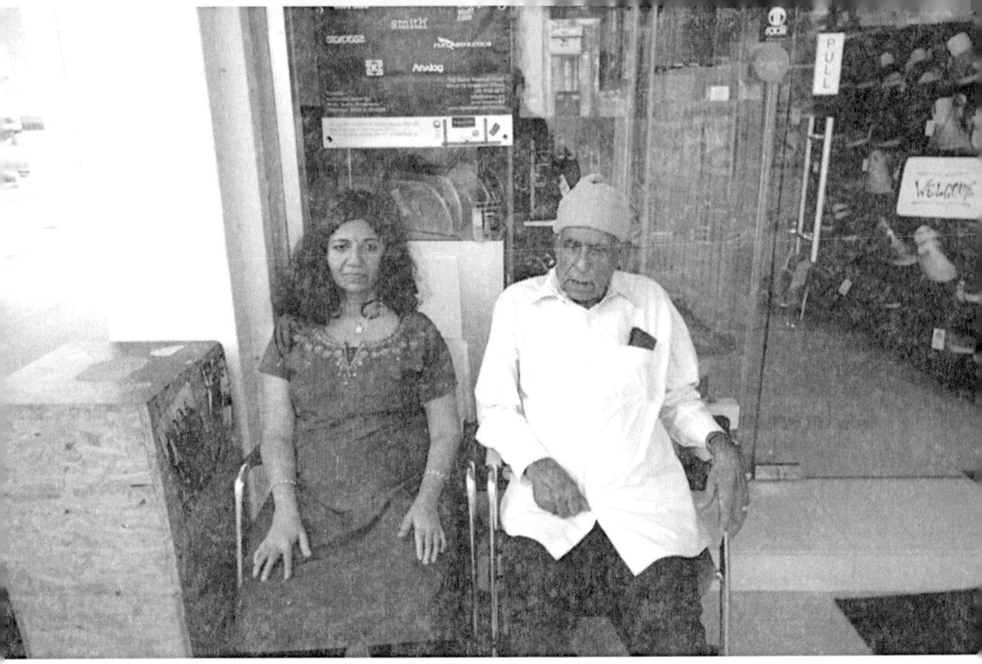

• ഗ്രൗണ്ട് ഫ്ലോറിലെ ഷോപ്പ്

കോർട്ടിലെത്തി ഭക്ഷണം കഴിക്കും. അതുകൊണ്ടാണല്ലോ ചൈനീസ് പെൺകൊടിമാർക്ക് ഏതുസമയത്തും പുറത്തുപോയി ജോലിചെയ്യാൻ കഴിയുന്നത്. അടുക്കള അവർക്കൊരു ഭാരമാവുന്നില്ലെന്നർത്ഥം.

സിങ്കപ്പൂരിയൻസ് കേരളീയരെപ്പോലെ മത്സ്യം ഇഷ്ടപ്പെടുന്നവരാണ്. സിങ്കപ്പൂരിലെ ആദിമ നിവാസികൾ മുക്കുവരായിരുന്നല്ലോ. അന്നേ തുടങ്ങിയ മീൻകൊതി അവിടുത്തുകാർക്കിന്നുമുണ്ട്. ചൈനക്കാർക്ക് മീൻതല വളരെ ഇഷ്ടമായിരുന്നു. അവർക്കുവേണ്ടി ഇന്ത്യക്കാരനായ പാചകക്കാരൻ മീൻതലക്കറി ഉണ്ടാക്കിയതോടെ മുമ്പ് ഉപേക്ഷിച്ചിരുന്ന മീൻതലകൾക്ക് ഇപ്പോൾ വലിയ ഡിമാൻഡ് ആണത്രേ. ഇന്ന് മീൻതലക്കറി അവിടുത്തെ ഒരു പ്രധാന വിഭവമാണ്. ബ്രഡിനും ചോറിനുമൊപ്പം അവരിതു കഴിക്കും. മീൻതല നമ്മളും കഴിക്കുമല്ലോ. പ്രത്യേകിച്ചും അയലയുടെ തല. അതുകൊണ്ടല്ലേ 'അയലയുടെ തല അളിയനും കൊടുക്കില്ല' എന്നൊരു ചൊല്ല് നമ്മുടെ നാട്ടിലുണ്ടായത്. അയലത്തല അത്രയ്ക്ക് വിശിഷ്ടവസ്തുവായതുകൊണ്ട് പ്രിയപ്പെട്ട അളിയനുംകൂടി കൊടുക്കില്ലെന്നർത്ഥം. മീൻതല തിന്നാൽ കണ്ണിന്റെ കാഴ്ച്ച കൂടുമെന്ന് പണ്ടുള്ളവർ പറയാറുണ്ട്. അതുപോലെതന്നെ മുളകിട്ടുവെച്ച ഞണ്ടുകറിയും സിങ്കപ്പൂരിൽ വളരെ പ്രിയപ്പെട്ടതാണ്. എങ്കിലും സിങ്കപ്പൂരിൽ ഭക്ഷണത്തിൽ മസാലയും എരിവും പുളിയുമൊക്കെ കുറച്ചേ ഉപയോഗിക്കാറുള്ളൂ. നൂഡിൽസും അവർക്ക് ഇഷ്ടപ്പെട്ട വിഭവമാണ്. പല രാജ്യക്കാർ

ഇടകലർന്ന് ജീവിക്കുന്ന ഈ നാട്ടിൽ അവരുടെയൊക്കെ തനതു വിഭവങ്ങളും അവയൊക്കെ ചേർന്ന അവിയൽ രൂപങ്ങളും പ്രിയപ്പെട്ട ഭക്ഷ്യവസ്തുക്കളായിരിക്കുന്നു.

ഞങ്ങൾ ഇരുന്നതിനുനേരെയുള്ള ഷോപ്പിൽ ചെരിപ്പുകളും ഷൂസുകളും മറ്റ് വസ്തുക്കളും നിരത്തി വെച്ചിട്ടുണ്ട്. നമ്മുടെ നാട്ടിലേക്കാൾ എല്ലാറ്റിനും വില കൂടുതലാണ്. അതുകൊണ്ട് ഒന്നും വാങ്ങിയില്ല. നമ്മുടെ മീൻ മാർക്കറ്റ് പോലെയുള്ള വെറ്റ് മാർക്കറ്റുകളും ഹൌസിംഗ് ബ്ലോക്കുകൾക്കടുത്തുണ്ട്. രാവിലെ ഏതാണ്ട് പതിനൊന്നുമണിവരെ മാത്രമേ വെറ്റ് മാർക്കറ്റ് പ്രവർത്തിക്കുകയുള്ളൂ. അതാത് ദിവസത്തേക്ക് വേണ്ടുന്ന ഫ്രെഷായ പച്ചക്കറികളും മീനും ഇറച്ചിയുമൊക്കെ വാങ്ങുന്നത് ഇത്തരം വെറ്റ് മാർക്കറ്റിൽനിന്നാണ്.

എച്ച്.ഡി.ബി.എസ്റ്റേറ്റുകളിൽ സ്കൂളും പോസ്റ്റ് ഓഫീസും സൂപ്പർ മാർക്കറ്റും ഉള്ളതുപോലെ ബാർബർഷോപ്പും ഉണ്ട്. നമ്മുടെ പെട്ടിക്കടപോലെ മാമഷോപ്പ് എന്നറിയപ്പെടുന്ന ചെറിയ ഷോപ്പുകൾ ഉണ്ട് സിങ്കപ്പൂരിൽ. അവിടെ മാഗസിൻ, ടൂത്ത് ബ്രഷ്, ഷാമ്പൂ തുടങ്ങി മിക്ക സാധനങ്ങളും വാങ്ങാൻ കിട്ടും. ചുമരിൽ ദ്വാരമിട്ടതുപോലെ കുറഞ്ഞ സൌകര്യത്തിൽ നടത്തുന്ന ഇത്തരം ഷോപ്പുകൾ മിക്കവാറും ഇന്ത്യക്കാരുടേതാണ്. ഇന്ത്യക്കാരായ കടയുടമകൾ ഉപഭോക്താക്കളോട് നല്ല ബന്ധം പുലർത്തിയിരുന്നവരായിരുന്നു. മുമ്പ് ഇത്തരം ഷോപ്പുകൾ ഗ്രാമങ്ങളെ കേന്ദ്രീകരിച്ചാണ് നിലനിന്നിരുന്നത്. ഗ്രാമത്തിലുള്ളവർ എച്ച്. ഡി.ബി. ഹൌസിംഗ് എസ്റ്റേറ്റുകളിലേക്ക് താമസം മാറ്റിയപ്പോൾ മാമഷോപ്പുകളും അങ്ങോട്ട് പറിച്ചുനട്ടു. ഇപ്പോൾ ഇത്തരം ഷോപ്പുകൾ വലിയ ഷോപ്പിംഗ് സെന്ററുകൾക്കിടയിൽ പിടിച്ചു നിൽക്കാൻ പാടുപെടുകയാണ്. അതുപോലെ ചൈനീസ് മെഡിസിൻ ഷോപ്പുകളുണ്ട്. ചൈനീസ് പാരമ്പര്യ മരുന്നുകളും ആസ്പിരിൻ പോലുള്ള മരുന്നുകളും അത്തരം മെഡിസിൻ ഷോപ്പുകളിൽനിന്ന് വാങ്ങാൻ കിട്ടും.

മാത്യൂസ് ഷോപ്പിന്റെ പിറകിൽ വണ്ടി വെച്ചിട്ടുണ്ട് എന്നറിയിച്ചു. മുന്നിലെത്താനുള്ള ഗേറ്റ് സമയം കഴിഞ്ഞതുകൊണ്ട് അടച്ചുവത്രേ. എല്ലാവരും ചേർന്ന് എന്നെ അങ്ങോട്ടാനയിച്ചു. രേഷ്മയും മനുവും ഞങ്ങളെ യാത്രയാക്കാൻ എയർപോർട്ടിലേക്ക് കൂടെവന്നു. വഴിയിൽ പിന്നിലേക്ക് ഓടിപ്പോകുന്ന റോഡിന് സൌന്ദര്യം കൂടിയതുപോലെ തോന്നി. വൃത്തിയും വെടിപ്പുമുള്ള, ട്രാഫിക് ജാം ഇല്ലാത്ത, വൃക്ഷങ്ങൾ തണൽ വിരിക്കുന്ന, അരികിൽ പൂക്കൾ പുഞ്ചിരിക്കുന്ന റോഡിലൂടെ അനന്തമായി സഞ്ചരിക്കാൻ ആരും കൊതിച്ചുപോകും. ഞങ്ങൾ സഞ്ചരിക്കുന്ന പാതയുടെ മുകൾഭാഗത്തുനിന്ന് താഴോട്ടാഞ്ഞ് വയലറ്റ്

പൂക്കളായിരം കൈകൾ വീശി യാത്രാനുമതി നൽകി.

എയർപോർട്ടിൽ ഞങ്ങളെ ഇറക്കിയിട്ട് മാത്യൂസ് യാത്രപറഞ്ഞു. കൈപിടിച്ച് നടത്തിച്ചതിന്റെ നന്ദി ഹൃദയത്തിൽ സൂക്ഷിച്ചുകൊണ്ട് ഞാൻ തലയാട്ടി.

അസ്തമനസൂര്യന്റെ പൊൻപ്രഭയിൽ തിളങ്ങിനിൽക്കുകയാണ് ചാംഗി എയർപോർട്ട്. എയർപോർട്ടിനുള്ളിലേക്ക് കടന്നുകയറി ഞങ്ങൾക്കൊപ്പം യാത്രയ്ക്കൊരുങ്ങുകയാണ് സൂര്യരശ്മികൾ.

ടെർമിനൽ 2വിൽ സന്ദർശകഗാലറിയിൽ രേഷ്മയും മനുവും കുറച്ചുനേരം ഞങ്ങളുടെ കൂടെയിരുന്നു. പിന്നെ യാത്രപറഞ്ഞു പിരിഞ്ഞു.

സിൽക്ക് എയർ കൗണ്ടറിൽ മധു റിപ്പോർട്ട് ചെയ്തു ഉടനെ ഒരു ജീവനക്കാരൻ വീൽച്ചെയർ കൊണ്ടുവന്ന് എന്നെ അതിലേക്ക് മാറ്റിയിരുത്തി വെയിറ്റിംഗ് ലോഞ്ചിൽ എത്തിച്ചു. വിമാനത്തിൽ കയറുന്നതുവരെ എന്റെ ഇരിപ്പിടം അതാണെന്ന് മനസിലായി. ഞങ്ങൾ മൂന്നുപേർ, അച്ഛനും അമ്മയും ഞാനും എയർപോർട്ടിലെ വെയിറ്റിംഗ് ലോഞ്ചിൽ ഒട്ടും മുഷിയാതെ കാത്തിരുന്നു. കൗതുകക്കാഴ്ച്ചകളേറെയുണ്ടല്ലോ മനോഹരമായ എയർപോർട്ടിൽ. രൂപത്തിലും വേഷഭൂഷാദികളിലും ഭാഷയിലും വൈവിധ്യം പുലർത്തുന്ന യാത്രികർ

• വെയിറ്റിംഗ് ലോഞ്ചിൽ

മുമ്പിലൂടെ ഒഴുകുമ്പോൾ സമയം കടന്നുപോയതറിഞ്ഞില്ല.

ഒരു കൈക്കുഞ്ഞിനെയുംകൊണ്ട് ഒരു സ്ത്രീ ഞങ്ങളുടെ സമീപം വന്നിരുന്നു. അമ്മ അവരോട് സംസാരിക്കാൻ തുടങ്ങി. എറണാകുളത്തുകാരാണ്. അവരുടെ മകൾ സിങ്കപ്പൂരിൽവെച്ച് പ്രസവിച്ചു. അമ്മൂമ്മ കുഞ്ഞിനെയുംകൊണ്ട് നാട്ടിലേക്ക് പോവുകയാണ്. ഇനി അമ്മൂമ്മ കുഞ്ഞിനെ വളർത്തണം. ആ കുഞ്ഞുവാവയെ കണ്ടപ്പോൾ ഹൃദയത്തിന്റെ ഏതൊക്കെയോ തന്ത്രികളുണർന്നു ശോകഗാനം മീട്ടി. ഒന്നു കൈനീട്ടി തൊടാൻ കൊതിച്ച ഹൃദയത്തെ അടക്കി നിർത്താൻ പണിപ്പെട്ടു.

അൽപ്പസമയം കഴിഞ്ഞപ്പോൾ ലിറ്റിൽ സിസ്റ്ററിന്റെ ജീവനക്കാർ വന്ന് ഞങ്ങളുടെ പാസ്പോർട്ട് ഇമിഗ്രേഷൻ സ്റ്റാമ്പ് ചെയ്യാൻ വാങ്ങിക്കൊണ്ടുപോയി. സിങ്കപ്പൂർ എയർലൈൻസിന്റെ കീഴിലുള്ള കമ്പനിയായതുകൊണ്ട് സിൽക്ക് എയറിനെ ലിറ്റിൽ സിസ്റ്റർ എന്നു വിളിക്കാറുണ്ട്.

ഇന്ത്യക്കാരും മലയാക്കാരും ചൈനക്കാരും ലോകത്തിന്റെ മിക്ക ഭാഗങ്ങളിലുമുള്ളവരും പുലരുന്ന സിങ്കപ്പൂർ ലോകപൌരത്വമെന്ന വിശാലവീക്ഷണമുൾക്കൊള്ളുന്നുണ്ട്. ലോകത്തിന്റെ വ്യത്യസ്തഭാഗങ്ങളിലെ മതങ്ങളും സംസ്കാരങ്ങളും ഭാഷയുംചേർന്ന് സിങ്കപ്പൂരിനെ ഏക ലോകത്തിന്റെ ഉദാത്തമാതൃകയാക്കിയിരിക്കുന്നു. ഇംഗ്ലീഷും മാണ്ടരിൻ ചൈനീസും മലായും തമിഴും ഇവിടുത്തെ ഔദ്യോഗികഭാഷകളാണ്. മറ്റ് ഭാഷകളുടെ സ്വാധീനത്താൽ മാറ്റം വന്ന പ്രാദേശിക ഇംഗ്ലീഷ് ആണ് സിങ്കപ്പൂരിൽ സംസാരിക്കുന്നത്. അതിനെ സിംഗ്ലീഷ് എന്നു പറയും. മലായ് ഭാഷയിൽനിന്നും ചൈനീസ് ഭാഷയിൽനിന്നും ഇന്ത്യൻ ഭാഷകളിൽനിന്നുമൊക്കെയുള്ള പദങ്ങൾ സിംഗ്ലീഷിലുണ്ട്. സിങ്കപ്പൂരിലുള്ളവർ ഒന്നിലേറെ ഭാഷകൾ സംസാരിക്കുന്നവരാണ്. മൂന്നും നാലും ഭാഷകൾവരെ സംസാരിക്കുന്നവർ അവിടെയുണ്ട്. കുട്ടികൾ ചെറുപ്പംതൊട്ടേ രണ്ടു ഭാഷകളെങ്കിലും പഠിക്കും. വളരുന്തോറും അവർ കൂടുതൽ ഭാഷകൾ പഠിക്കും. സ്കൂളിൽ പ്രധാന ഭാഷയായി ഇംഗ്ലീഷ് പഠിപ്പിക്കുന്നു. എങ്കിലും ദേശീയഭാഷയായി കണക്കാക്കപ്പെടുന്നത് മലായ് ആണ്.

മണിക്കൂറുകളുടെ കാത്തിരിപ്പിനൊടുവിൽ ഞങ്ങളുടെ ചക്രക്കസേരകൾ വീണ്ടുമുരുളാൻ തുടങ്ങി. പാസ്പോർട്ട് തിരിച്ചുനൽകുമ്പോൾ കൌണ്ടറിലിരിക്കുന്ന ചെറുപ്പക്കാരി ചിരിച്ചുകൊണ്ട് എനിക്ക് കൈനിറയെ മിഠായി വാരിത്തന്നു. മറ്റ് മൂന്നുപേർക്കുമില്ല. എനിക്കുമാത്രം മിഠായി ലഭിച്ചതിൽ ഇത്തിരി അഭിമാനം തോന്നി. സിങ്കപ്പൂരിന്റെ സ്നേഹത്തിന്റെ മാധുര്യമാണ് എന്റെ കൈക്കുമ്പിളിൽ നിറയെ.

വരുമ്പോൾ വീൽച്ചെയറിൽനിന്നും എഴുന്നേൽപ്പിച്ച് നിർത്തിയിട്ടാണ് ബോഡി സ്കാനിംഗും എക്സ്റെ സ്കാനിംഗും നടത്തിയത്. എന്നാലിപ്പോൾ എന്നെ ചക്രക്കസേരയിൽനിന്നും എഴുന്നേൽപ്പിച്ചതേയില്ല. അതും സിങ്കപ്പൂരിന്റെ സ്നേഹമല്ലാതെ മറ്റെന്താണ്!

ഇതുപോലുള്ള എത്രയോ അനുഭവങ്ങൾ! ഇത്തിരി മധുരം നുണയാൻ ഒരുപാട് കൈപ്പുനീർ മോന്തി എന്നല്ല ഇതുവരെയുള്ള എന്റെ ജീവിതത്തെക്കുറിച്ച് പറയേണ്ടത്. ഒരുപാട് മധുരത്തിനുവേണ്ടി ഇത്തിരി കൈപ്പുനീർ. അത്രേയുള്ളൂ എന്റെ കഷ്ടപ്പാടുകൾ എന്ന് ഞാൻ തിരിച്ചറിയുന്നു.

സിങ്കപ്പൂരിൽ ഞങ്ങൾക്ക് അനുവദിച്ച സമയം തീരാറായി. മൂന്നു ദിവസം ദുർബ്ബലമായ ശരീരം അനുവദിച്ച കാഴ്ച്ചകൾ കണ്ടു. ഇനി മടക്കം.

എല്ലാ യാത്രികരും മടങ്ങുമ്പോൾ പറയും. 'പോയ് വരട്ടെ'. ഞാനും അതാവർത്തിക്കുന്നു. വിമാനത്തിലേക്ക് ചക്രക്കസേരയുരുളുമ്പോൾ മനസ്സിൽ മന്ത്രിച്ചു.

ഈച്ചയും കൊതുകും പൊടിയും മാലിന്യങ്ങളുമില്ലാത്ത;
പച്ചമേലാപ്പിന്നു വർണപുഷ്പങ്ങൾ നിറംചാർത്തും സിങ്കപ്പൂർ.
നിന്റെയത്ഭുതക്കാഴ്ച്ചകളിൽ മുങ്ങിനിവരാനിനിയുമെത്താം.
കാണാത്തതേറെയെന്നറിഞ്ഞ് കാണാനിനിയുമെത്താം.

വിമാനത്തിലിരുന്നുകൊണ്ട് പുറത്തേക്ക് നോക്കി. വെളിച്ചത്തിന്റെ പ്രളയമാണല്ലോ പുറത്ത്. എത്ര നേരം നോക്കിയെന്നോർമ്മയില്ല. 'ഇങ്ങനെയിരുന്നാൽ മതിയോ, പോണ്ടേ' എന്ന് വിമാനം മുരണ്ടു. വേഗം സീറ്റ് ബെൽറ്റ് മുറുക്കി. ദീപങ്ങൾ പതുക്കെ പിൻവാങ്ങി. കണ്ണടച്ചു മിണ്ടാതിരുന്നു. പിന്നെ ഉറങ്ങിപ്പോയി. ഉണർന്നത് കുലുക്കം അനുഭവപ്പെട്ടതുകൊണ്ടാണ്. പുറത്ത് മഴയുണ്ടെന്നുതോന്നി. മേഘങ്ങൾക്കിടയിലൂടെ കടന്നുപോവുകയാണെന്ന് മനസ്സിലായി. തൊട്ടടുത്ത് കാണുന്നത് മിന്നൽപ്പിണരല്ലേ. കൊച്ചിയിൽ ഇറങ്ങുന്നതുവരെ പിന്നെ ഉറങ്ങിയില്ല.

വഴിമാറിപ്പോയ ദുരന്തം

വിമാനത്തിൽനിന്നും പുറത്തുകടന്നിട്ടും ഞങ്ങളുടെ യാത്ര അവസാനിച്ചില്ല. ദൈവാധീനം കൊണ്ടുമാത്രം ഒഴിവായിക്കിട്ടിയ ഒരു ദുരന്തത്തെക്കുറിച്ച് കൂടി എഴുതിയാലേ ഈ വിവരണം പൂർണമാവൂ. നെടുമ്പാശ്ശേരി എയർപോർട്ടിൽനിന്നും ടാക്സിയിൽ റെയിൽവേ സ്റ്റേഷനിലെത്തി. ഒരു ട്രെയിൻ പ്ലാറ്റ്ഫോമിൽ നിൽപ്പുണ്ട്. അതിനല്ല ടിക്കറ്റെടുത്തത്. ഞങ്ങളുടെ ട്രെയിൻ വന്നിട്ടില്ല. ഞങ്ങളെ പ്ലാറ്റ്ഫോമിലിരുത്തിയിട്ട മധു കുറച്ചുമാറി ആരോടോ സംസാരിച്ചു. പെട്ടെന്ന് അവൻ എന്റെ അടുത്തുവന്നിട്ട് പറഞ്ഞു. "ഏച്ചി, നമുക്ക് ഈ വണ്ടിക്ക് പോകാം. ടി.ടി.ആർ. സമ്മതിച്ചു. അതിൽ സീറ്റുണ്ട്."

അവൻ വേഗം അച്ഛനെ വണ്ടിയിൽ കയറ്റി. എന്നെ കയറ്റാൻ രണ്ടുമൂന്നു ചെറുപ്പക്കാരുടെ സഹായമഭ്യർത്ഥിച്ചു. അവർ എന്റെ കൈ പിടിക്കാൻ മുന്നോട്ടു വരുമ്പോൾ നേരത്തെ കയറി മുന്നോട്ടുനടന്ന അച്ഛൻ പെട്ടെന്ന് എന്റെ നേരെ തിരിഞ്ഞ് അവരുടെ വഴി മുടക്കിക്കളഞ്ഞു. അതിനിടയിൽ ചൂളംവിളിച്ചുകൊണ്ടു വണ്ടി അനങ്ങാൻ തുടങ്ങി.എന്റെ ഒരു കാൽ വണ്ടിയിലും ഒന്ന് പുറത്തും. അപകടം തിരിച്ചറിഞ്ഞ മധു 'നമുക്കിതിനു പോകേണ്ട' എന്നു പറഞ്ഞുകൊണ്ടു എന്നെ താഴോട്ട് വലിച്ചിട്ടു. അതിന്റെ ആഘാതത്തിൽ ഞാൻ പ്ലാറ്റ്ഫോമിൽ വീണു. എന്നെ നോക്കാതെ ഉള്ളിലേക്ക് ചാടിക്കയറി മധു ഇളകുന്ന വണ്ടിയിൽനിന്നും അച്ഛനെ വലിച്ചിറക്കി. ഞങ്ങളെ നോക്കി പരിഹസിച്ചു കൂകിക്കൊണ്ട് ട്രെയിൻ പാഞ്ഞുപോയി.

ആരൊക്കെയോ എന്നെ എഴുന്നേൽപ്പിക്കാൻ സഹായിച്ചു. എന്റെ നെഞ്ചിടിപ്പ് കൂടിയെങ്കിലും 'എന്തെങ്കിലും പറ്റിയോ?' എന്ന് മധു ചോദിച്ചപ്പോൾ ഞാൻ പറഞ്ഞു. "സാരമില്ല. ഒന്നും പറ്റിയില്ല."

ദൈവമേ, ഒരുനിമിഷം വൈകിയിരുന്നെങ്കിൽ ഞങ്ങൾ പാളത്തിൽ വീണ്... ബാക്കി ആലോചിക്കാൻപോലും വയ്യല്ലോ.

വീട്ടിൽ എത്തിയപ്പോൾ മധു ഒരു പാക്കറ്റ് നീട്ടിയിട്ട് പറഞ്ഞു. "ഇത് മിഠായിയാണ്. നിന്റെ സഹപ്രവർത്തകർക്ക് കൊടുക്കാൻ."

എനിക്ക് മറുപടി പറയാൻ വാക്കുകൾ കിട്ടിയില്ല.

വായിൽ വെള്ളമൊലിപ്പിക്കും മട്ടിൽ ചോക്കലേറ്റും മിഠായിയും കൊതിപ്പിച്ചപ്പോൾ മധു കേൾക്കാതെ വില ചോദിച്ചതാണ്. പൊള്ളുന്ന വിലയായാലും കേട്ടാൽ അവനതു വാങ്ങിത്തന്നേക്കുമെന്ന പേടിച്ചാണ് അങ്ങനെ ചെയ്തത്. എന്നിട്ട് ഞങ്ങളറിയാതെ ഇവനിതെപ്പോഴാണ് വാങ്ങിയത്! ഈ അതിമധുരത്തിന് പകരംവെക്കാൻ മറ്റെന്താണുള്ളത്!

●